AF747328

നടിയുടെ തിരോധാനം

വേണു കടുങ്ങല്ലൂർ

പോഴേലിൽ ശ്രീ. പി.കെ. നാരായണനാചാരിയുടെയും ദേവകിയമ്മയുടെയും മകനായി എറണാകുളം ജില്ലയിലെ അയ്യമ്പിള്ളിയിൽ 1957ൽ ജനനം. ആലുവ എസ്.എൻ.ഡി.പി. ഹൈസ്കൂളിൽ വിദ്യാഭ്യാസം. ഇപ്പോൾ വുഡ് ഇൻഡസ്ട്രിയുമായി ബന്ധപ്പെട്ട് ജോലിനോക്കുന്നു.

ഭാര്യ : രാജേശ്വരി
മക്കൾ : ആതിര, ഹരിത (MBA, BCom വിദ്യാർത്ഥിനികൾ)

വിലാസം : *Venu. P.N*
Pozhelil House
West Kadungalloor
Mob: 9048199042

നടിയുടെ തിരോധാനം

(കുറ്റാന്വേഷണ നോവൽ)

വേണു കടുങ്ങല്ലൂർ

ലിപി പബ്ലിക്കേഷൻസ്
കോഴിക്കോട് - 673 002
വില: ₹ 200

Malayalam Language

NADIYUDE THIRODHANAM

(Crime Novel)

By

VENU KADUNGALLUR

First Edition : August 2022

Typeset & Layout by Jaisal Nallalam

Cover Design : Vijeesh Lipi

Printed at Lipi Digital Prints

Price: ₹ 200

Publishers
LIPI PUBLICATIONS
Head Office
AL Ameen Building, 13/766- U 6
Rly.Stn. Link Road, Kozhikode - 673002
Tel: 0495-2700321

Showroom
LIPI BOOKS
B-12, Vikas Building, Rly. Stn. Link Road, Kozhikode-2
Tel: 0495-2700192 Mobile: 9847262583
Email: lipipublicationsclt@gmail.com
lipiakbar@gmail.com
www.lipipublications.com

1

മനസ്സിലെന്തോ നിനച്ചുകൊണ്ടാണ് പ്രഭാകരൻപിള്ള കിച്ചണിലേക്ക് നോക്കിയത്.

വീട്ടമ്മ പാചകവൃത്തിയുമായി സല്ലപിക്കുകയാണ്. അത്താഴം റെഡിയാക്കാൻ ഇനിയും സമയമുണ്ട്. അതിനിടയിൽ ഒരു ചർവ്വിത ചർവ്വണമാകാം.

പിള്ള പരിസരമാകെ മണത്തുകൊണ്ട് വന്നതുപോലെ കാൽ പുറകോട്ടു വലിച്ചു.

"എന്ത്യേപ്പോ?" കറിക്കു കടുകു താളിക്കാൻ ഉള്ളി മൂപ്പിച്ചു കൊണ്ടു നിന്ന ഗോമതിയമ്മ തിരക്കി.

"വെറ്റിലക്ക് നൂറു തേക്കാൻ പഴുതുണ്ടോന്നു നോക്കുവാരുന്നു." പിള്ള മുഖം തിരിച്ചു മറുപടി നൽകി.

കേട്ടതും ഗോമതിയമ്മയുടെ മുഖം ചുളിഞ്ഞു: "വേണ്ട വേണ്ട. അത്താഴം കാലമായിരിക്കണ്. അത് കഴിഞ്ഞിട്ടാകാം വിസ്തരിച്ചുള്ള മുറുക്കും കുളമാക്കലും."

പൂമുഖത്തെ ചാരുകസേരയിൽ മലർന്നു കിടന്നാണ് സദാ ചർവ്വണം. കോളാമ്പി സമീപത്തുണ്ടെങ്കിലും ചണ്ടി അതിൽ നിക്ഷേപിക്കാൻ മെനക്കെടാറില്ല. വിശാലമായ ചത്വരം നിറഞ്ഞുനിൽക്കുമ്പോൾ കോളാമ്പി ഒരധികപ്പറ്റായി തോന്നാറുണ്ട്.

മുറ്റം വൃത്തികേടാക്കുന്നതിലുള്ള പ്രതിഷേധ ഗോമതിയമ്മ മുറുമുറുപ്പിൽ ഒതുക്കുമെങ്കിലും ഷൈനി അത് വിളിച്ചു കൂവാറുണ്ട്. രാവിലെ

മുറ്റമടിക്കുമ്പോഴാണ് അവൾ പ്രതിഷേധം അറിയിക്കുക.

“മാം. എനിക്കുവയ്യ ഇത് കോരിക്കളയാൻ. ചപ്പ് ചെമന്ന പൂക്കൾ കൊണ്ട് മുറ്റം നിറയെ മെഴുകിയിരിക്കുകയാണ്. ”

ആ സമയം പിള്ള പുറത്തുണ്ടെങ്കിൽ കേട്ടില്ലെന്ന മട്ടിൽ അകത്തേക്കു വലിഞ്ഞുകളയും.

പ്രഭാകരൻപിള്ളക്ക് ചർവ്വണം ഇപ്പോൾ ഹരമായി മാറിയിട്ടുണ്ട്. ഏറെ നാളായിട്ടില്ല ചവയ്ക്കാൻ തുടങ്ങിയിട്ട്. ഫാക്ടറിയിൽ നിന്ന് അടുത്തൂൺ പറ്റിയ അവസരങ്ങളിൽ ഏതാണ്ട് നാലു വർഷംമുമ്പ്. ജോലിയിൽ നിന്നും വിരമിച്ചശേഷം പിള്ളക്ക് നിഷ്ക്രിയനായിരിക്കാൻ കഴിഞ്ഞില്ല. പാടത്തും പറമ്പിലുമായി ഓടിനടന്ന് പണിക്കാർക്ക് നിർദ്ദേശം കൊടുത്തും കൂടെ ചെറിയതോതിൽ സഹകരിച്ചും പോന്നു. അവരിൽ നിന്നു പകർന്നു കിട്ടിയ ഈ ദുശ്ശീലം ഒഴിവാക്കണമെന്നും പരമാവധി നിയന്ത്രണവിധേയമാക്കണമെന്നും പ്രഭാകരൻപിള്ളക്ക് ഈയിടെ തോന്നിത്തുടങ്ങിയിരുന്നു.

നാട്ടിലെ ജനസമ്മതിയിൽ അർഹമായ സ്ഥാനമാനങ്ങളാണ് പിള്ളയ്ക്കുള്ളത്. ജനങ്ങളോടൊപ്പം ഒട്ടിനിന്ന് ക്രിയാത്മകമായ സംരംഭങ്ങളിലൊക്കെ മുഴുകിയിരിക്കുന്ന വേളകളിലായിരിക്കും സാക്ഷാൽ സാത്താൻ താംബൂലത്തംബുരുമീട്ടി പ്രലോഭിപ്പിക്കാൻ വട്ടം കൂട്ടുക!

പഞ്ചായത്തുമെമ്പർ, സഹകരണസംഘം വൈസ് പ്രസിഡന്റ്, കരയിലെ ക്ഷേത്രം പ്രസിഡണ്ട് എന്നീ നിലകളിൽ വിരാജിക്കുന്ന പ്രഭാകരൻപ്പിള്ള നാട്ടിൽ അറിയപ്പെടുന്ന വിശിഷ്ട വ്യക്തികൂടിയാണ്. സ്വന്തമായ അഭിപ്രായങ്ങളും വ്യക്തമായ കാഴ്ചപ്പാടുകളും നിരീക്ഷണപാടവവുമുള്ള പിള്ള കക്ഷിരാഷ്ട്രീയത്തിനതീതമായ നിലപാടാണ് ഏതൊരു പ്രവൃത്തിയിലും സ്വീകരിച്ചുപോന്നിട്ടുള്ളത്.

പിള്ളയ്ക്കു ദാമ്പത്യജീവിതത്തിൽ രണ്ടു മക്കൾ. മൂത്തത് ജിത്ത്. അവനിപ്പോൾ എക്സ്റ്റീരിയർ - ഇന്റീരിയർ ഡിസൈൻവർക്ക് ഏറ്റെടുത്തു നടത്തുന്നു. രണ്ടാമത്തേത് മകൾ ഷൈനി. അവളിപ്പോൾ ബി.ബി.എ ഫൈനൽ ഇയറിനു പഠിക്കുന്നു.

മക്കൾക്ക് ഉന്നതവിദ്യാഭ്യാസം നൽകി മെച്ചപ്പെട്ട നിലവാരത്തിലേക്കുയർത്തണമെന്നായിരുന്നു പിള്ളയുടെ ആഗ്രഹം. മകനെ വക്കീലാക്കണമെന്നും മകൾ ഡോക്ടറായി കാണണമെന്നുമായിരുന്നു മോഹം. ബി.എ. പൂർത്തിയാക്കിയ മകനോട് എൽ.എൽ.ബിക്ക് ചേർന്നു പഠിക്കാൻ

പിതാവ് കാര്യമായി നിർബന്ധിച്ചെങ്കിലും ജിത്ത് അത് ചെവിക്കൊണ്ടില്ല.

"പപ്പാ, നെറിവ് കൊണ്ട് നേടി ഭുജിക്കുന്നതിന്റെ രുചി ഒന്നു വേറെ തന്നെയാണ്. അഭിഭാഷകവൃത്തി മാന്യമായ തൊഴിലല്ലെന്ന് ഞാൻ പറയുന്നില്ല. പക്ഷേ, അതിൽ നിന്നും തരപ്പെടുന്ന ഭക്ഷണം പാപത്തിന്റെ ശേഷിപ്പല്ലേ?"

പിള്ളയ്ക്ക് മകൻ പറഞ്ഞ ഭാഷണം മനസ്സിലാകുകയോ തൃപ്തി വരുകയോ ഉണ്ടായില്ല. ജിത്ത് തുടർന്നുകൊണ്ടിരുന്നു. "കുറ്റം ചെയ്ത ഒരപരാധിയെയും വെറുതെ വിടരുത്. അവർക്ക് കഠിനമായ ശിക്ഷ നൽകുക തന്നെ വേണമെന്നാണ് എന്റെ പക്ഷം. അത്തരം മനോഭാവത്തിന്റെ വക്താവ് എന്ന നിലയ്ക്ക് അവരെ രക്ഷിക്കാനായി നിയമത്തിന്റെ കറുത്ത കോട്ടിടുന്നത് വിരുദ്ധമല്ലേ പപ്പാ?"

"അപരാധികളെയല്ല, നിരപരാധികളെ രക്ഷിക്കേണ്ട ധർമ്മം കൂടിയുണ്ട് വക്കീലിന്."

"നിരപരാധികൾ ശിക്ഷിക്കപ്പെട്ടിട്ടുള്ള ചരിത്രം അപൂർവ്വമാണ്. അപരാധികൾ പോലും ഇവിടെ ശിക്ഷിക്കപ്പെടുന്നില്ല. കോടികളുടെ അഴിമതി നടത്തുന്ന രാഷ്ട്രീയക്കാരും ലക്ഷങ്ങൾ കൈക്കൂലി വാങ്ങി ഏത നീതിക്കും കൂട്ടുനിൽക്കുന്ന ഉദ്യോഗസ്ഥ രാവണന്മാരും നിയമമെന്ന എട്ടുകാലി വല പൊട്ടിച്ചു പുറത്തുവരുന്ന കാഴ്ച നാം എന്നും പത്രത്തിൽ കാണാറുള്ളതല്ലേ. ജുഡീഷ്യറിയിലുള്ള വിശ്വാസം തന്നെ ജനങ്ങൾക്കു നഷ്ടപ്പെട്ടിരിക്കുകയാണ്. അങ്ങനെയുള്ള കാളകൂടക്കയത്തിൽ മുങ്ങിക്കുളിച്ചു കയറണമെന്നാണോ പപ്പ പറഞ്ഞുവരുന്നത്?"

പിള്ള മൗനിയായി മകൻ പറഞ്ഞതൊക്കെ കേട്ടുകൊണ്ടിരുന്നു. ജിത്ത് നിർത്തിയില്ല: "ഇപ്പോത്തന്നെ എത്രയോ ബിരുദധാരികളാണ് വർഷംതോറും എൻറോൾ ചെയ്ത് പുറത്തു വന്നുകൊണ്ടിരിക്കുന്നത്? അവർക്കൊക്കെ കൈകാര്യം ചെയ്യാനുള്ള കേസുകളൊന്നും തന്നെ കിട്ടാഞ്ഞിട്ട് കൈലുംകുത്തി വീട്ടിലിരുപ്പാണ്. ആ കൂട്ടത്തിൽ ഞാനെന്തിന് ഗൗണുമിട്ട് ഞായറാഴ്ച വക്കീലെന്ന വിളിപ്പേര് സമ്പാദിക്കണം!"

''പിന്നെ, മോന്, എന്തിന് പോയാൽക്കൊള്ളാമെന്നാണ് താല്പര്യം?" ജിജ്ഞാസ നഷ്ടപ്പെട്ട് പിള്ള തിരക്കി.

"പപ്പാ... ജന്മനാ സർഗ്ഗാത്മകമായ ഒരു വാസന എന്റെ ഉള്ളിന്റെയുള്ളിൽ ഉറങ്ങിക്കിടപ്പുണ്ട്. അവയൊന്ന് തട്ടിയുണർത്തുകയും പരിപോഷിപ്പിക്കുകയും വേണം. അതിന് ഞാൻ ഇന്റീരിയർ ഡിസൈനിംഗ് കോഴ്സിനു ചേർന്ന് പഠിക്കാൻ തീരുമാനിച്ചു."

മക്കളുടെ താല്പര്യത്തിനു മുൻഗണന കൊടുത്തുകൊണ്ടു തന്നെ ഇതേ ചോദ്യം പ്രഭാകരൻപിള്ള മകളോടും ചോദിക്കുകയുണ്ടായി: "മോൾ ഡിഗ്രി എടുത്തിട്ട് മെഡിസിന് ചേരാൻ ആഗ്രഹിക്കുന്നോ?"

കേട്ടതും അവൾ മൊഴിഞ്ഞു: "അയ്യോ പപ്പാ, അബദ്ധമൊന്നും പറഞ്ഞേക്കല്ലേ....."

"അതെന്താ...... നിനക്ക് ഡോക്ടറാകാനുള്ള മോഹമൊന്നുമില്ലേ."

"മോഹമൊക്കെയുണ്ട്. പക്ഷെ അത് നടക്കാത്ത സ്വപ്നമാണ് പപ്പാ." അവൾ വിസ്തരിച്ചു: "ഒരു ഡോക്ടർക്ക് അത്യാവശ്യം വേണ്ടത് ആത്മധൈര്യമാ. എനിക്കില്ലാതെ പോയതും അത് തന്നെയാണ് പപ്പാ. പപ്പക്കു കേൾക്കണോ. കൂടെ പഠിച്ചുകൊണ്ടിരുന്ന ഒരു സഹപാഠിക്ക് പെട്ടന്നൊരു തലകറക്കമുണ്ടായി താഴെ വീണ് തലയെവിടെയോ ഇടിച്ചു ചോര വാർന്നൊഴുകി. തൽക്ഷണം ബോധശൂന്യമായത് അവളല്ല; കണ്ടു നിന്ന ഞാനാണ്. ആ ഞാൻ, ശരീരം കീറിമുറിക്കുന്ന ഡോക്ടറായാൽ പിന്നത്തെ കാര്യം പറയാനുണ്ടോ!"

പിള്ള പ്രതിവചിക്കാതെ മകളെ സാകൂതം നോക്കിയിരുന്നു. ഷൈനി തുടർന്നറിയിച്ചു. "ഒരു രാത്രി ഒരു ഹൊറർ നോവൽ വായിച്ച് മൂന്നുദിവസം പനിപിടിച്ചു കിടന്ന എനിക്ക് ഡോക്ടറാകാനുള്ള അടിസ്ഥാന യോഗ്യത എത്രത്തോളമുണ്ടെന്ന് പപ്പ തന്നെ പറയ്."

നിരാശനായ പിള്ള തന്റെ ആഗ്രഹങ്ങളും ഇംഗിതങ്ങളും മക്കളിൽ സ്വാധീനം ചെലുത്താനോ അടിച്ചേൽപ്പിക്കാനോ തയ്യാറായില്ല.

"എഴുന്നേറ്റ് കൈകഴുകിക്കോളൂ." ഗോമതിയമ്മ ഊണുകഴിക്കാനായി പിള്ളയെ ഉണർത്തിക്കൊണ്ട് ഡൈനിംഗ് റൂമിലേക്കു നീങ്ങി.

അവരുടെ മനസ്സ് വല്ലാതെ കലുഷിതമായിരുന്നു. ജിത്തിന്റെ അവസ്ഥയോർത്ത് ഏറെ ഖിന്നയുമാണ്. രണ്ടു ദിവസമായി അവനിൽ ചില ഭാവവ്യത്യാസങ്ങൾ പ്രത്യക്ഷപ്പെടാൻ തുടങ്ങിയിട്ട്. ഇപ്പോഴത് മൂർച്ഛിച്ചിരിക്കുന്നു.

ഭക്ഷണം കഴിക്കാനായി പ്രഭാകരൻപിള്ളയെ ക്ഷണിക്കുന്നതിന് തൊട്ടുമുമ്പായി ജിത്തിന്റെ മുറിയിലേക്കവർ എത്തിനോക്കിയിരുന്നു. ഉച്ചയൂണും കഴിഞ്ഞ് ചെക്കൻ അകത്തു കയറി വാതിലടച്ച് കുറ്റിയിട്ടിരുന്നു. ഇത്ര നേരമായിട്ടും കതക് തുറന്നിട്ടേയില്ല. ജിത്ത് ഉറക്കത്തിലായിരിക്കുമെന്നാണ് ആദ്യം വിചാരിച്ചത്. മുട്ടി വിളിച്ചിട്ടും പ്രതികരണമൊന്നുമില്ലാതെ വന്നപ്പോൾ ഇതെന്ത് കൂത്തെന്നറിയാൻ താക്കോൽപ്പഴുതിലൂടെ

കണ്ണയച്ചതാണ്.

പകച്ചുപോയി ഗോമതിയമ്മ!

ചെക്കൻ സമനില വിട്ട് എന്തൊക്കെയോ ഗോഷ്ഠികൾ കാണിച്ചു കൂട്ടുന്നു! കണ്ണുകൾ കോപാഗ്നിയിൽ ഉരുകി കലങ്ങിയിട്ടുണ്ട്. മുഖത്തെ മാംസപേശികൾ വലിഞ്ഞുമുറുകിയിരുന്നു. തുടരെയുള്ള നടത്തം. കൃത്യം കഴിച്ച് കൈകൾ ശൂന്യതയിലേക്കെറിഞ്ഞ് വിജയഭേരി മുഴക്കിനിൽക്കുന്ന ഭാവം.

കാഴ്ചകൾ കണ്ട് സ്തംഭിച്ചു നിന്നുപോയി ഗോമതിയമ്മ. സംഗതി ഇന്നലെ ഇത്രയും രൂക്ഷമായിരുന്നില്ല. ശൂന്യതയിൽ ചിത്രങ്ങൾ വരയ്ക്കുകയും വിദൂരതയിലെ നക്ഷത്രങ്ങളെണ്ണിക്കൂട്ടുകയും ചെയ്യുന്ന ചേഷ്ടകളൊക്കെയായിരുന്നു.

മനോരോഗത്തിന്റെ ലക്ഷണം! തുടക്കമാണ്. പ്രാരംഭദശയിൽത്തന്നെ ചികിത്സിച്ചില്ലെങ്കിൽ രോഗം വഷളാകും. രണ്ടുദിവസമായി കാട്ടിക്കൂട്ടുന്ന മകന്റെ കോപ്രായങ്ങളൊക്കെ പ്രഭാകരൻപിള്ളയുടെ ദൃഷ്ടിയിൽ പെട്ടുവോ എന്തോ! ഇല്ലെങ്കിൽ കാര്യങ്ങളവതരിപ്പിക്കുക തന്നെ. പ്രശ്നപരിഹാരത്തിന് ഇനിയും അമാന്തിച്ചു കൂടാ.

പ്രഭാകരൻപിള്ള അത്താഴം കഴിച്ചു മടങ്ങിയപ്പോൾ പഠിപ്പ് മതിയാക്കി ഷൈനി എത്തിച്ചേർന്നു. അവൾ സ്വന്തം പാത്രത്തിൽ സ്വയം വിളമ്പിയെടുത്ത് ഭക്ഷിക്കാനിരുന്നതോടെ ഗോമതിയമ്മ തട്ടിക്കയറി: "നേരമായപ്പോ നീ വന്നിരുന്നല്ലോ, അവനേം വിളിച്ചുകൂടായിരുന്നോ? "

"നോ മമ്മി. അക്കാര്യത്തിൽ സുല്ല്." രണ്ടു പ്രാവശ്യം ചെന്ന് വാതിലിൽ തട്ടിവിളിച്ചതാ. കേട്ടഭാവം പോലുമില്ല. കാമുകിയാൽ വഞ്ചിക്കപ്പെട്ട ദുരന്തനായകൻ തകർന്ന മനസ്സുമായി മുറി മുഴുവൻ ഓടി നടക്കുകയാണ്. മാം.... എത്രയും വേഗം ഒരു ഡോക്ടറെ സമീപിച്ചില്ലെങ്കിൽ സംഗതി കുഴപ്പമാകുമേ....."

"നിനക്കും തോന്നി അങ്ങനെ അല്ലേ? ഉടനെ ഒരു മനഃശ്ശാസ്ത്രജ്ഞനെ കാണണം. എവിടെ ചെന്നാലാ കാണാനാവുക? ഊണു കഴിഞ്ഞിട്ട് നീ ഗോപുവിനോടിങ്ങോട്ടു വരാൻ പറയ്. അവനെത്തിയിട്ടുണ്ടോ ആവോ?"

ഗോപു പ്രഭാകരൻപിള്ളയുടെ സഹോദരന്റെ മകനാണ്. എം. ടെക്കിനു പഠിക്കുന്നു. അഡ്മിഷൻ ലഭിച്ചത് ദൂരെയുള്ള കോളേജിലായതിനാൽ ദിവസേനയുള്ള പോക്കുവരവ് ദുർഘടമായിരുന്നു. ആയതിനാൽ

ഹോസ്റ്റലിൽ നിന്നുകൊണ്ടാണ് പഠിപ്പ് തുടങ്ങുന്നത്. ആഴ്ചയിലൊരിക്കൽ വീട്ടിലെത്താറുണ്ട്. പ്രഭാകരൻപിള്ളയുടെ പറമ്പിന്റെ അതിർത്തിയോടു ചേർന്നാണ് ഗോപുവിന്റെ വസതി. വിളിച്ചാൽ വിളിപ്പുറം കേൾക്കാവുന്ന ദൂരം.

ഷൈനി കൈകഴുകി വന്നു ഫോണെടുത്ത് ഗോപുവിനെ വിളിച്ചു. ഏട്ടനെ പിടികൂടിയിരിക്കുന്ന രോഗത്തിന്റെ കാഠിന്യവും വെളിപ്പെടുത്തി.

രണ്ടു മിനിട്ടുകൊണ്ട് ഗോപു സ്ഥലത്തെത്തി. ഇറക്കമുള്ള നിക്കറും കൈയുള്ള ബനിയനുമാണ് അവൻ ധരിച്ചിരുന്നത്.

'എന്ത്യേ അവൻ? സപ്പറിനു എന്തെങ്കിലും സ്പെഷ്യൽതരാനായിരിക്കും വിളിച്ചതെന്നാ ഞാനാദ്യം കരുതിയത്. " വന്നപാടെ ഗോപു പറഞ്ഞു.

"പോടാ ബകാ. നിനക്കെപ്പോഴും തീറ്റേടെ ജ്വരമല്ലേയുള്ളൂ. നീ ആദ്യം ഏട്ടന്റെ മുറിയിലേക്കൊന്നു ചെന്നുനോക്ക്. എന്നിട്ടെന്തെങ്കിലും വിശേഷം തോന്നുന്നുണ്ടെങ്കിൽ ഇങ്ങോട്ടുവാ. "

ഷൈനി ഗോപുവിനെ തള്ളി മുറിയിലേക്ക് പറഞ്ഞയച്ചു. ഗോപു മുറിയുടെ വാതില്ക്കലേക്കു നടന്നു. കതകിൽ മുട്ടിവിളിച്ചിട്ടും അകത്തുനിന്നും അനക്കമൊന്നും കേട്ടില്ല. കുനിഞ്ഞുനിന്ന് കീഹോളിലൂടെ ഉൾരംഗം വീക്ഷിച്ചു.

വായുവിനെ അകറ്റിനിർത്താൻ ശ്രമിച്ചുകൊണ്ട് ശൂന്യതയിലേക്ക് കൈകൾ കുടഞ്ഞെറിഞ്ഞും ഭീകരഭാവം പ്രദർശിപ്പിച്ചുകൊണ്ടും ചുമരുകൾക്കുള്ളിൽ ഇഴഞ്ഞുനീങ്ങുന്ന ജിത്തിനെ കണ്ടമാത്രയിൽ അവനെ പിടികൂടിയിരിക്കുന്നത് ഏതുതരം രോഗമാണെന്ന് മനസ്സിലാക്കാൻ ഗോപുവിനു കഴിഞ്ഞു. അവന്റെ ചുണ്ടിൽ ഒരു ഹാസം മൊട്ടിട്ടുനിന്നു. വിദഗ്ധമായി അത് മറച്ചുവച്ച് ശോകം സ്ഫുരിക്കുന്ന മുഖഭാവവുമായി അവൻ ഇരുവരുടേയും സമീപത്തെത്തി.

"എന്നാണ് തുടങ്ങിയത്?" ഗോപു തിരക്കി.

"ഇന്നലെ കണ്ടുതുടങ്ങിയതാ" ഗദ്ഗദത്തോടെ ഗോമതിയമ്മ അറിയിച്ചു.

"വച്ചോണ്ടിരിക്കേണ്ട. ഡിസീസ് ഇത്തിരി കടുപ്പമാണ്. എന്തായാലും ഇന്നങ്ങനെ പോട്ടെ. നാളെ രാവിലെ ഡോക്ടറെ കാണാം."

അതും പറഞ്ഞ് ഗോപു അഗാധമായ ചിന്തയിലെന്നോണം ദൃഷ്ടി ഒരു ബിന്ദുവിൽ കേന്ദ്രീകരിച്ചുനിർത്തി. അല്പം കഴിഞ്ഞ് എന്തോ

ആശയം കിട്ടിയിട്ടെന്ന വണ്ണം അവൻ ചാടി പറഞ്ഞു: “വഴിയുണ്ട്. എന്റെ കൂടെ പഠിക്കുന്ന എബ്രഹാം തോമസിന്റെ അച്ഛൻ തോമസ് എബ്രഹാം പേരെടുത്ത ഒരു സൈക്ക്യാട്രിസ്റ്റാണ്. രാവിലെത്തന്നെ ഒരു കൂടിക്കാഴ്ചയ്ക്ക് അവസരം ഉണ്ടാക്കിത്തരണമെന്ന് ഇപ്പോ തന്നെ വിളിച്ചറിയിച്ചേക്കാം..... ങ്ങാ, പിന്നെ വല്ലൂ- കാര്യമായ ഇന്ധനം വേണ്ടിവന്നേക്കും.”

“ഒട്ടുദൂരത്തേക്കാണോ പോകേണ്ടത്?” ഗോമതിയമ്മ സന്ദേഹത്തോടെ ചോദിച്ചു.

“ഇന്ധനം എന്നു പറഞ്ഞത് പെട്രോളിന്റെ കാര്യമല്ല, അത് സ്വന്തം നിലയിൽ ഞാൻ വകവച്ചോളാം. ഡോക്ടർക്കെന്തെങ്കിലും ഞണ്ണാൻ കൊടുക്കേണ്ടെ?”

“അതിന് വഴിയുണ്ടാക്കാം. നീ രാവിലെ ഇങ്ങോട്ടു വാ....” അവർ മറ്റൊരു മുറിയിലേക്കു നടന്നു.

“എന്നാപ്പിന്നെ ഞാൻ വീട്ടിലേക്കു മടങ്ങണോ? ചിക്കനോ മട്ടണോ ഉണ്ടെങ്കിൽ ഇന്നിവിടെ കൂടിയേക്കാം.”

ഷൈനിയുടെ നേർക്ക് ചോദ്യമെറിഞ്ഞിട്ട് അവൻ കസേര വലിച്ചിട്ട് ഇരുന്നു.

“ഇരിക്കേണ്ട മോനേ. മട്ടനും ചിക്കനും പോയിട്ട് പൊടിമീൻപോലും ഇന്നിങ്ങോട്ട് കയറ്റിട്ടില്ല. ചമ്മന്തീം അച്ചാറും കൊണ്ടാ അത്താഴം. അതാകട്ടെ കഴിയേം ചെയ്തു.” ഷൈനി പരിഹാസത്തോടെ അറിയിച്ചു.

“നിന്റെ അത്താഴം കഴിഞ്ഞെന്നോ! എങ്കിൽ പൂച്ച പോലും പടിയിറങ്ങിപ്പോകും. എന്നാപ്പിന്നെ ഞാനിവിടെയിരുന്നിട്ടെന്താ വിശേഷം!”

അവൻ കസേരയിൽ നിന്നുമെഴുന്നേറ്റു. ആ സമയം ഗോമതിയമ്മ കടന്നുവന്ന് പണമേൽപ്പിച്ചിട്ട് വേണമെങ്കിൽ അറിയിച്ചാൽ മതിയെന്നും പറഞ്ഞു.

“ശരി, എന്നാൽ ഞാൻ രാവിലെ എത്തിയേക്കാം വല്ലൂ.”

പണം പോക്കറ്റിൽ തള്ളി ഗോപു പുറത്തേക്കിറങ്ങി.

2

രാവിലെ ബ്രേക്ക്ഫാസ്റ്റിനു മുന്നിലാണ് ജിത്ത്. കുളിച്ച് കുട്ടപ്പനായിട്ടു ണ്ടെങ്കിലും മുഖത്ത് അലസതയുടെയും വിരസതയുടെയും നിഴൽ വിരിഞ്ഞു നില്പുണ്ട്. ആലസ്യത്തിലാണ്ട കണ്ണുകൾ വിദൂരതയിൽ തറഞ്ഞുനിന്നിരുന്നു. ഞൊറിയിടുന്ന നെറ്റിത്തടം. അഗാധമായ ആലോ ചനയിൽ ഭക്ഷണമെടുക്കാൻ മറന്നതുപോലെ ഷൈനിയും അമ്മയും ജിത്തിനു മുന്നിൽ ചുറ്റിപ്പറ്റി നില്പുണ്ടായിരുന്നു.

പുട്ടും പഴവുമായിരുന്നു പ്രാതലിന്. മേശപ്പുറത്ത് പ്ലേറ്റിൽ വച്ചി രുന്ന ചെറുപഴം പുട്ടിൽ കുഴക്കുന്നതിനു മുമ്പ് ജിത്ത് അതിന്റെ തൊലി നീക്കം ചെയ്യുന്ന രീതി കൗതുകം ജനിപ്പിക്കുന്നതായിരുന്നു. ഒരു സെന്റീ മീറ്റർ വീതിയിൽ തൊലി കിള്ളിയെടുത്ത് അഞ്ചാറുപ്രാവശ്യം ആവർത്തി ച്ചാണ് തൊണ്ടു ചെയ്തെടുത്തത്. നാലഞ്ചുപഴം അങ്ങനെ അനാവരണം ചെയ്തുകൊണ്ടിരിക്കെ സമയം കടന്നുപോയ്ക്കോണ്ടിരുന്നു.

ആ പ്രവൃത്തി കണ്ട് ഷൈനിയുടെ ചുണ്ടിൽ ചിരിയൂറി. ഗോമതി യമ്മയുടെ ഹൃദയത്തിലത് നീറ്റലാണുളവാക്കിയത്. മാറിനിന്നു രംഗം വീക്ഷിച്ച പിള്ളയുടെ തല താണുപോയിരുന്നു.

മുറ്റത്ത് ഒരു വാഹനം വന്ന് ബ്രേക്ക് ചെയ്യുന്ന ശബ്ദം കേട്ടു. പ്രതീ ക്ഷിച്ചതുപോലെ അത് ഗോപുവിന്റെ കാറായിരുന്നു. ഒരു മൂളിപാട്ടും പാ ടിയാണ് അവൻ അകത്തേക്കു കയറിവന്നത്. അനവസരത്തിലുള്ള അവന്റെ പാട്ടുകേട്ട് തലക്കിട്ടൊന്നു ഞൊട്ടാൻ പിള്ളയ്ക്ക് തോന്നി.

ഗോപുവിന്റെ വേഷഭൂഷാദികൾ കണ്ടാൽ ഒരു ജെന്റിൽമാനെ പ്പോലെ തോന്നുമായിരുന്നു. നീല ജീൻസും വൈറ്റ് ഷർട്ടും ബ്രൗൺ

ബെൽറ്റും ഷൂസും. രണ്ടു കൈകളും ജീൻസിന്റെ ഇരുപോക്കറ്റിലും നിക്ഷേപിച്ചിരിക്കുന്നു.

"അല്ലേ, ആളിതുവരെ റെഡിയായില്ലേ?"

ജിത്തിനുനേരെ കൈമലർത്തി അന്വേഷിച്ചിട്ട് സമീപത്തു കിടന്ന കസേര വലിച്ചുനീക്കി ഗോപു ഇരിപ്പുറപ്പിച്ചു.

"റെഡിയാകാനൊന്നുമില്ല, ഷർട്ടും പാന്റും മാറണം അത്രതന്നെ." ഗോമതിയമ്മ പറഞ്ഞു.

"നീ കൂട്ടുകാരനെ വിളിച്ചറിയിച്ചോ? " ഷൈനി ചോദിച്ചു.

"പിന്നില്ലേ! ഇന്നലെത്തന്നെ കോൺടാക്റ്റ് ചെയ്തു. കൺസൾട്ടിംഗ് ടൈം തന്നിട്ടുമുണ്ട്."

ജിത്ത് ചായ കുടിച്ചെഴുന്നേറ്റു. ഷൈനി ഇസ്തിരിയിട്ട ഷർട്ടും പാന്റും ഏട്ടനു നേരെ നീട്ടി. അലസമായിക്കിടന്ന അവന്റെ തലമുടി ഗോമതിയമ്മ കോതിവെച്ചു.

"കൂട്ടിനാരാ ഉള്ളത്? ഞാനും കൂടെ വരാം" ഷൈനി അതും പറഞ്ഞ് വേഷം മാറാൻ അകത്തേക്കോടി. തൽക്ഷണം ഗോപു അവളെ തടഞ്ഞുനിർത്തി. "വേണ്ട വേണ്ട, ഞങ്ങള് ഫാഷൻ ഷോ കാണാനല്ല പോകുന്നത്. ഡോക്ടറെ കാണാനാ."

ഗോപു പറഞ്ഞത് ഷൈനിക്കിഷ്ടപ്പെട്ടില്ല. അവൾ കെറുവിച്ച് ചൂണ്ടുവിരൽ നീട്ടി അവനെ കുത്താൻ തുടങ്ങി.

"തുണയ്ക്ക് ആരുമില്ലാതെങ്ങനെയാ? വല്ല്യച്ഛനെയും കൂട്ടിക്കോ."

ഗോമതിയമ്മയുടെ അഭിപ്രായം ഗോപു നിരാകരിച്ചു. "അതിന്റെയൊന്നും ആവശ്യമില്ല വെല്ലൂ. ഞങ്ങള് നേരെ ഡോക്ടറെ കാണാൻ പോകുന്നു. രോഗം തുറന്നു പറയുന്നു. ഡോക്ടർ ഹിപ്നോട്ടൈസ് ചെയ്ത് രോഗം കണ്ടുപിടിക്കുന്നു. പിന്നെ കൗൺസലിംഗ് നടത്തുന്നു. മരുന്നുമായി പോരുന്നു. അത്രതന്നെ."

"എവിടേക്കാടാ പോകുന്നത്?" പെണ്ണു കാണാനോ? വേഷം മാറിവന്ന ജിത്ത് ഗോപുവിനെ നോക്കി മുരണ്ടു.

അങ്ങനെയൊരു ചോദ്യം പ്രതീക്ഷിച്ചതല്ല. ഗോപുവിന്റെ കണ്ണുകൾ വല്ല്യച്ഛന്റേം വല്യമ്മയുടേയും നേർക്കു നീണ്ടു- അതിൽ രോഗം വഷളായി എന്ന സൂചനയുണ്ടായിരുന്നു. പ്രതികരണമൊന്നുമില്ലെന്ന് കണ്ട് ജിത്തു ക്ഷുഭിതനായി.

"ആർക്കാടാ പെണ്ണ്- എനിക്കോ, അതോ നിനക്കോ?"

"അതൊക്കെ പറയാം. അപ്യ വന്ന് വണ്ടിയിൽ കയറ്."

ഗോപു പ്രതിവചിച്ചു. രക്തബന്ധത്തെക്കാൾ പത്തുപിടി തൂക്കമുണ്ട് അവരുടെ സൗഹൃദബന്ധത്തിന്. ജിത്തിനേക്കാൾ രണ്ട് വയസ്സിനിളപ്പ മാണ് ഗോപു. സഹോദരസ്ഥാനം വച്ചു നോക്കിയാൽ ചേട്ടായെന്നാണ് വിളിക്കേണ്ടത്. ഇടയ്ക്ക് അങ്ങനെ വിളിക്കുമെങ്കിലും സാഹചര്യം നോക്കി നാവിൽ ഉരുണ്ടുകൂടുന്നതെന്തോ- അതാണ് വിളിപ്പേര്.

ഇരുവരും കാറിൽ കയറിയിരുന്നു. യാത്രയയയ്ക്കാൻ പ്രഭാകരൻ പിള്ളയും ഗോമതിയമ്മയും ഷൈനിയും മുറ്റംവരെ പിന്തുടർന്നു. ഡ്രൈവിങ്ങ് വീലിൽ കൈവച്ചിരുന്ന ഗോപുവിന്റെ പോക്കറ്റിലേക്ക് പിള്ള ഏതാനും നോട്ടുകൾ ചേർത്തുവച്ചു. കണ്ണിൽ ഉരുണ്ടുകൂടിയ നീർത്തു ള്ളികൾ സാരിത്തലപ്പുകൊണ്ട് ഗോമതിയമ്മ ഒപ്പിയെടുത്തു. നനഞ്ഞ ചിരിയുമായി ഷൈനി റ്റാറ്റാ കൊടുത്തു. കാർ സ്റ്റാർട്ടായി. മെല്ലെ അത് ഗേറ്റ് കടന്നുപോയി.

ഗ്രാമപാത വിട്ട് വാഹനം നഗരാതിർത്തിയിലൂടെ ഓടിക്കൊണ്ടി രുന്നു.

കണ്ണെത്താത്ത ദൂരം വരെ നീണ്ടുകിടക്കുന്ന കായൽ!

വീശിയടിക്കുന്ന വിശറൻ കാറ്റ്!

മത്സ്യബന്ധനത്തിനായി നീങ്ങുന്ന ചെറുതോണികൾ!

കൂട്ടംതെറ്റി മേയുന്ന പായൽപോളകൾ ലക്ഷ്യം കാണാനാവാതെ അവിടെയവിടെയായി തമ്പടിച്ചു കിടന്നിരുന്നു.

അർക്കന്റെ പൊൻകിരണം ഏറ്റുവാങ്ങി വെട്ടിത്തിളങ്ങുന്ന ജലോ പരിതലത്തിലേക്ക് താറാക്കൂട്ടങ്ങളുടെ താളാത്മകമായ സഞ്ചയനം.

കായലിനു കുറുകെ ചിറകടിച്ചു പറന്നുയരുന്ന വെട്ടുകിളികൾ ഉയ രങ്ങൾ താണ്ടി വിഹായസ്സിലേക്ക്!

ജിത്തിന് ഇവയൊന്നും ദൃഷ്ടിഗോചരമായിരുന്നില്ല. പ്രകൃതിയുടെ മനോഹാരിത ആസ്വദിക്കാനുള്ള മനോമണ്ഡലത്തിലായിരുന്നില്ല അവൻ അന്നേരം.

എവിടേക്ക് പോകുന്നു, എന്തിന് പോകുന്നു എന്നൊന്നും ജിത്ത് ഇതേവരെ ചോദിച്ചതില്ല. ക്ഷമകെടുമ്പോൾ അവൻ ഗോപുവിനെ രൂക്ഷ മായി നോക്കിയിരിക്കും. അതുകണ്ട് ഗോപു ഉള്ളാലെ ചിരിക്കും. ഒരവ സരത്തിൽ ഹാസം ബഹിർഗമിച്ചപ്പോൾ ജിത്തിന് ക്ഷോഭം വന്നു.

"എന്താടാ തൊലിക്കുന്നത്?"

"ഇയാടെ കാര്യമോർത്തിട്ടാ....."

"എന്തു കാര്യം? കാലുയർത്തി ഒരു ചവിട്ടു തന്നാലുണ്ടല്ലോ - വണ്ടി ഉൾപ്പെടെ കാനേ പോയി കിടക്കും."

"സാരമില്ല. ഒപ്പം ജിത്തേട്ടനുമുണ്ടാവുമല്ലോ."

"എവിടേയ്ക്കാ ഈ പോക്ക് - വല്ല ഉദ്ദേശ്യവുമുണ്ടോ?"

"പിന്നില്ലേ ഞാനൊരു മെന്റൽ ഡോക്ടറെ കാണാൻ പൂവാ.."

"അതേതായാലും നന്നായി. ഈ ബുദ്ധി നേരത്തെ തോന്നേണ്ട തായിരുന്നു. "

"അതെങ്ങനെയാ- ഷൈനി വിളിച്ചത് ഇന്നലെ മോന്തിക്കല്ലേ. അവൾ വെട്ടിത്തുറന്ന് പറഞ്ഞപ്പോൾ പോലും ആദ്യം ഞാൻ വിശ്വസി ച്ചില്ലായിരുന്നു. നേരിട്ട് കണ്ടപ്പോഴല്ലേ പ്രശ്നം ഗുരുതരമാണെന്ന് തോന്നി യത്."

"നേരിട്ട് കണ്ടെന്നോ! എന്ത്?"

"അത് ഞാൻ ഡോക്ടറോട് വിശദീകരിക്കുന്നുണ്ട്."

"വണ്ടി നിറുത്ത്. ഞാനിവിടെയിറങ്ങിക്കൊള്ളാം. നീ പോയി ഡോക്ടറെ കണ്ടിട്ടുവാ."

"ഡോക്ടറെ കാണേണ്ട ആവശ്യം എനിക്കല്ല. - ഇയാൾക്കാ."

"എന്തിന്?"

"ഭ്രാന്തിന് ചികിൽസിക്കാൻ! അത്തരം വേലകളല്ലെ രണ്ടു ദിവസ മായിട്ട് കാട്ടിക്കൂട്ടിയത്!" അതുകൊണ്ട് വല്ല്യമ്മയും ഷൈനിയും തെറ്റി ദ്ധരിച്ചെങ്കിൽ അത്ഭുതപ്പെടാനില്ല. ഇയാളെ മെന്റൽ ഡോക്ടറെ ചെന്നു കാണിക്കാൻ പ്രത്യേകം ചട്ടംകെട്ടിയാ എന്നെ ഇങ്ങോട്ടയച്ചത്."

"നീയും അതു വിശ്വസിച്ചോ?" ജിത്ത് ഗർജ്ജിച്ചു.

ഗോപു കുലുങ്ങിച്ചിരിച്ചുകൊണ്ടറിയിച്ചു. "ഭാഗികമായി. ജിത്തേട്ടന്റെ ഭ്രാന്ത് എനിക്കല്ലേ നന്നായിട്ടറിയൂ."

ഗോപു, തുറന്നുകിടന്ന മതിൽക്കെട്ടിനകത്തെ വിശാലമായ കോമ്പൗണ്ടിലേക്ക് കാർ കയറ്റി പാർക്കിംഗ് ഏരിയയിൽ ചെന്നു ബ്രേ ക്കിട്ടു.

പഴക്കം ചെന്ന ഒരു കെട്ടിടം മൈതാനത്തിനു മദ്ധ്യേ നിലകൊണ്ടി രുന്നു.

3

ജിത്തിന്റെ കൈപിടിച്ച് ഗോപു നടന്നു.

പൂമുഖത്ത് ധാരാളം ആളുകൾ കൂടിനിന്നിരുന്നു. അവരിൽ ചിലർ ഗോപുവിന്റെ സ്നേഹിതരും ക്ഷണിതാക്കളുമാണ്.

പരിചയക്കാരെയൊക്കെ കണ്ട് വിഷ് ചെയ്തും വരാൻ താമസിച്ച തിൽ തന്റെ ഖേദം അറിയിച്ചുകൊണ്ടും എല്ലാവരെയും അകത്തേക്കു ക്ഷണിച്ചുകൊണ്ട് അവൻ ജിത്തിനോടൊപ്പം നടന്നു.

വലിയൊരു ഹാളിലേക്കാണു അവർ കടന്നുചെന്നത്. അതൊരു ആർട്ട് ഗ്യാലറിയായിരുന്നു.

പക്ഷികളുടെ ഫോട്ടോഗ്രഫി പ്രദർശനം നടക്കുകയാണിവിടെ.

അറുപതോളം ഛായാഗ്രാഹകരുടെ ഇരുനൂറോളം വ്യത്യസ്തമായ ചിത്രങ്ങൾ ഇവിടെ വർണ്ണാഭമായി നിരന്നിരുന്നു.

ഫോട്ടോഗ്രഫിയിൽ പരിജ്ഞാനം സിദ്ധിച്ചിട്ടില്ലാത്ത ഗോപുവിന്റെ ക്യാമറയിൽ വിരിഞ്ഞ വെള്ളിമൂങ്ങയുടെ ചിത്രവും അതിലുൾപ്പെട്ടിരുന്നു. സംഘാടകരുടെ കൈയും കാലും പിടിച്ചിട്ടാണ് പ്രദർശനാനുമതി കിട്ടിയത്. ആളുകളുടെ ഇടയിൽ മികച്ചൊരു ഫോട്ടോഗ്രാഫറാണെന്ന അഭിപ്രായം നേടിയെടുക്കാനല്ലാതെ അതിൽ കവിഞ്ഞ ലക്ഷ്യമൊന്നും പ്രദർശനത്തിനു പിന്നിലില്ലായിരുന്നു.

നേരിൽ കണ്ടിട്ടുള്ളതും കാണാത്തതുമായ വിവിധയിനത്തിലുള്ള നിരവധി പക്ഷികളെയും വിചിത്ര ജീവികളെയും ജീവനോടെ നേരിട്ട് കാണുന്ന അനുഭവമായിട്ടാണ് ഓരോ ഫോട്ടോകൾ കണ്ടപ്പോൾ ജിത്തിനു

തോന്നിയത്. ഫോട്ടോയ്ക്ക് താഴെയായി പക്ഷികളുടെ നാമവും ചേർത്തിരുന്നതിനാൽ അനേകം ഖഗങ്ങളെ വേർതിരിച്ചറിയാനും കഴിഞ്ഞിരുന്നു.

ജിത്ത് ഓരോ ചിത്രവും കണ്ട് ആസ്വദിച്ച് ഗാലറി ചുറ്റിവരുമ്പോൾ ഗോപു തന്റെ വെള്ളിമൂങ്ങയ്ക്കു നേരെ മിഴിച്ചുനോക്കി നില്പുണ്ടായിരുന്നു.

വിശപ്പ് ആക്രമിച്ചതോടെ ഇരുവരും പുറത്തേക്കിറങ്ങി.

ഗോപു മുന്തിയതരം റസ്റ്റോറന്റ് നേരത്തേ തന്നെ കണ്ടുവച്ചിട്ടുണ്ടായിരുന്നു.

അകത്തേക്കു കയറിയതും ജിത്തിന്റെ ഇംഗിതം ആരായാതെ അവൻ രണ്ടു മട്ടൻ ബിരിയാണിക്ക് ഓർഡറിട്ടു.

ജിത്ത് ഇരുന്നതേയുള്ളൂ. സ്വിച്ചിട്ടതുപോലെ ഇരിപ്പിടത്തിൽ നിന്ന് യാന്ത്രികമായി എഴുന്നേറ്റുപോയി.

ഗോപുവിനോടൊപ്പം ടീസ്റ്റാളിലോ റസ്റ്റോറന്റിലോ കയറിട്ടുണ്ടെങ്കിൽ ബില്ല് പേ ചെയ്യുന്നത് എന്നും ജിത്താണ്. ഗോപു പോക്കറ്റിൽ നിന്നും പേഴ്സ് എടുത്ത് താൻ കൊടുത്തുകൊള്ളാമെന്ന മട്ടിൽ പല അറകളിലായി പണം പരതാറുണ്ട്. പക്ഷെ, അതെന്നും ശ്യൂന്യമായിരുന്നു! അതറിയാവുന്ന ജിത്ത്, വേണ്ടത്ര പണം കരുതിയില്ലല്ലോയെന്നോർത്താണു ഞെട്ടിയെഴുന്നേറ്റത്.

“ഇരിക്കെടാ അവിടെ! പേടിക്കേണ്ട, ഇന്നത്തെ ചെലവ് എന്റെ വക.”

“എന്താ, വല്ല ലോട്ടറിയുമടിച്ചോ?”

“എന്തിന് ലോട്ടറിയടിക്കണം- വല്ലൂനെ ഞാൻ കാര്യമായിട്ട് പറ്റിച്ചിട്ടുണ്ട്. ഒപ്പം വല്ല്യച്ഛനേയും. എക്സിബിഷന് അറ്റന്റ് ചെയ്യാനായിട്ട് വാഹനത്തിൽ ഡീസലില്ലാതെ വിഷമിച്ചിരിക്കുകയായിരുന്നു ഞാൻ. അന്നേരമാണ് ഷൈനിയുടെ കോൾ വന്നത്. നിന്റെ നൊസ്സുകണ്ട് വിഷമിച്ചു നിന്ന അവരോടൊപ്പം കൂടുകയല്ലാതെ എനിക്കും വേറെ വഴിയില്ലായിരുന്നു. ആട്ടെ, എവിടം വരെയായി നിന്റെ നാടകം?”

“തുടങ്ങിയിട്ടില്ല. കഥയും കഥാപാത്രങ്ങളും ഏറക്കുറേ ഡയലോഗുകളും റെഡി. ഇനിയത് കടലാസ്സിലേക്ക് പകർത്തുകയേ വേണ്ടൂ.”

“പ്രസിദ്ധീകരണത്തിന് എവിടെയാ കൊടുക്കുന്നത്?”

“പ്രസിദ്ധീകരണത്തിനോ? അങ്ങനെയൊന്ന് ചിന്തിച്ചിട്ടുപോലുമില്ല.”

"പിന്നെ, ഷോക്കേസിൽ തിരുകിവയ്ക്കാനാണോ ജോലീം മെന ക്കെട്ട് എഴുതാനിരിക്കുന്നത്?"

"അല്ലേയല്ല. സദസ്സിൽ അവതരിപ്പിക്കാനുള്ള ലക്ഷ്യമാണ്."

"നാടകമോ? അതിന് ഇന്നെവിടെയാണ് പ്രസക്തി? അതെന്നേ മരി ച്ചുപോയി."

"ഇല്ലെടാ, നാടകത്തിനു മരണമില്ല."

ജിത്ത് പറഞ്ഞത് ഗോപുവിനു തമാശയായിട്ടാണ് തോന്നിയത്. അവൻ അഭിപ്രായപ്പെടുകയുണ്ടായി.

"കലാസ്വാദകരുടെ ഹൃദയത്തിൽ നാടകത്തിന് ഗണ്യമായ ഒരു സ്ഥാനമുണ്ടായിരുന്നു. പക്ഷെ, അത് വർഷങ്ങൾക്കുമുമ്പ്. നാടകം ഇന്ന് രോഗഗ്രസ്തമായ അവസ്ഥയിൽ ശയ്യാവലംബിയാണ്. വേണമെങ്കിൽ ശര ശയ്യയിലാണെന്നു പറയാം."

"നമുക്കത് ഉയർത്തെഴുന്നേൽപ്പിക്കണം ഗോപൂ. നാടകം മരിച്ചിട്ടി ല്ലെന്ന് തെളിയിക്കണം. പ്രേക്ഷക മനസ്സുകളെ ശക്തമായി സ്വാധീനി ക്കാൻ കെല്പുള്ള കലാമാധ്യമം തന്നെയാണ് നാടകം. ടെലിവിഷൻ ചാനലുകളുടെ കടന്നു കയറ്റത്തിൽ അല്പം നിറംമങ്ങിയിട്ടുണ്ടെങ്കിലും ഇന്നും അതിന്റെ കാലികപ്രസക്തി നഷ്ടപ്പെട്ടിട്ടില്ല. നമ്മുടെ നാട്ടിൽ ഒരു നാടകം അരങ്ങേറാൻ തന്നെ ഞാൻ തീരുമാനിച്ചു." ജിത്ത് ഉറച്ച തീരുമാനത്തോടെ അറിയിച്ചു.

"അപ്പോ നാട്ടുകാരുടെ ചെരുപ്പേറു വാങ്ങാൻ തയ്യാറായി എന്നർത്ഥം. ആട്ടെ മോനെ ദിനേശാ, സ്റ്റേജ് എവിടെ കിട്ടും? പണച്ചെല വുള്ള കാര്യമാണെന്നും കൂടി ഓർക്കണം. അംഗങ്ങൾ ഒന്നടങ്കം പിരിവി നിറങ്ങുമെങ്കിൽ നമ്മുടെ ക്ലബ്ബ് വാർഷികത്തിന്റന്ന് തട്ടാം."

"അതിനു മുമ്പേ അരങ്ങു കാണണം. ക്ഷേത്രോത്സവം അടുത്തു വരുകയാണല്ലോ. ഏഴുദിവസത്തെ കലാപരിപാടികളും കാണും. ഇടയ്ക്ക് നമ്മുടെ നാടകവും തിരുകിക്കയറ്റണം."

"പക്ഷെ, കമ്മറ്റിയോട് ആലോചിക്കേണ്ടേ? ങാ, വഴിയുണ്ട്- വല്ല്യ ച്ഛനാണല്ലോ അധ്യക്ഷൻ. മൂപ്പിലാനെ ചാക്കിട്ട് പിടിക്കുന്ന കാര്യം ഞാനേ റ്റു. പിന്നെ കാര്യം - നാടകത്തിലെ ഹീറോ ഞാനായിരിക്കണം."

"നിനക്കായ് ഞാനൊരു യാചകന്റെ വേഷം തിരുകിക്കയറ്റുന്നുണ്ട്."

"പോയി പള്ളിപ്പറഞ്ഞാ മതി. നായകവേഷത്തിൽ കുറഞ്ഞൊരു കഥാപാത്രത്തെ ഞാൻ പ്രതിനിധീകരിക്കുന്നതല്ല."

ആഹാരം കഴിഞ്ഞ് ഇരുവരും പുറത്തേക്കിറങ്ങി. ഗോപുവാണ് വാഹനം നിയന്ത്രിച്ചിരുന്നത്. പോകുംവഴി മെഡിക്കൽ ഷോപ്പിൽകയറി ബി.കോംപ്ലെക്സ് ഗുളികകളും വൈറ്റമിൻ ടാബ്ലറ്റ്സുകളും വാങ്ങി. വല്യമ്മയെയും ഷൈനിയെയും കബളിപ്പിക്കാനായിരുന്നു അത്. നോട്ടം തറച്ച് ജിത്ത് തിരക്കി. "ആർക്കാടാ മരുന്ന്."

"ഇയാൾക്ക്- അല്ലാതെ മറ്റാർക്കാ!" നമ്മളിപ്പോ ഹോസ്പിറ്റലീന്ന് മടങ്ങിയതാണെന്നേ എല്ലാവരും ധരിക്കാവൂ. നീയും അങ്ങനെത്തന്നെ പറഞ്ഞേക്കണം- മട്ടൺ ബിരിയാണി വെട്ടിവിഴുങ്ങിയതല്ലേ... വിശദീകരണമൊക്കെ ഞാനായിക്കൊള്ളാം."

നീല പെയിന്റടിച്ച പ്രീമിയർ പത്മിനി കാറ് ഷൈനി സദനത്തിന്റെ അങ്കണത്തിൽ വന്നു നിന്നു. ഗോമതിയമ്മയും മകളും തികഞ്ഞ ഉത്കണ്ഠയോടെയാണ് കാറിൽ നിന്നിറങ്ങിയവരെ അഭിമുഖീകരിച്ചത്. പ്രഭാകരപിള്ള അന്നേരം ഭവനത്തിലുണ്ടായിരുന്നില്ല. വന്നപാടെ ആർക്കും മുഖം കൊടുക്കാതെ ജിത്ത് അകത്തേക്ക് കയറിപ്പോയി.

"ഇപ്പോ എങ്ങനെയുണ്ട്?" ഗോമതിയമ്മ ഗോപുവിന്റെ ചെകിട്ടിൽ അടക്കം ചോദിച്ചു.

"ഡോൺണ്ട്വറി- ഒരു കുഴപ്പവുമില്ല."

"ഡോകടറെ കണ്ടിട്ടെന്തു പറഞ്ഞു."

"ഒരാഴ്ചത്തെ മരുന്നു തന്നിട്ടുണ്ട്." ഗോപു ടാബ്ലറ്റ്സ് ഏൽപ്പിച്ചിട്ടു തുടർന്നു. "നാലു ദിവസംമുമ്പ് സെക്കന്റ് ഷോ കഴിഞ്ഞ് വീട്ടിലേക്ക് മടങ്ങുന്നേരം വഴിവക്കിൽ നിന്ന ഒരു യക്ഷിയെ കണ്ടു പേടിച്ചതാ തുടക്കം!"

"ഈ നൂറ്റാണ്ടിൽ യക്ഷിയോ?" ഷൈനി ഗോപുവിനു നേർക്കു പരിഹാസ അമ്പ് തൊടുത്തു.

"എന്താ വിശ്വാസമായില്ലേ? മനുഷ്യന്റെ ശരീരത്തിൽ രക്തം ബാക്കി നില്പുണ്ടെങ്കിൽ അത് പാനം ചെയ്യാൻ ഒരു യക്ഷിയെങ്കിലും ഏതു നൂറ്റാണ്ടിലും കണ്ടേക്കും."

"അവളങ്ങനെയൊക്കെപ്പറയും. കാര്യമാക്കേണ്ട മോൻ പറയ്."

ഗോമതിയമ്മ കാതുകൂർപ്പിച്ച് തിടുക്കംകൂട്ടി. ഗോപു ഭാവനയിൽ നിന്നും ഓരോന്നു പെറുക്കിയെടുത്തു വല്ല്യമ്മയുടെ മുന്നിൽ നിരത്തിക്കൊണ്ടിരുന്നു.

"പാതിരാക്കഴിഞ്ഞ നേരം! കൂരാക്കൂരിരുട്ടിൽ മുങ്ങിക്കുളിച്ചു

നില്ക്കുന്ന പ്രപഞ്ചം. വിജനമായ പാത. നിശ്ശബ്ദമായ അന്തരീക്ഷം. പൂത്ത പാലപ്പൂവിന്റെ സുഗന്ധം. നമ്മുടെ നായകൻ സിനിമ കഴിഞ്ഞു വരുന്ന നേരം. തൂവെള്ള വസ്ത്രം ധരിച്ചു മുടിയഴിച്ചിട്ട ഒരു യക്ഷി വഴിയരികിൽ നില്ക്കുന്നത് ബൈക്കിന്റെ വെളിച്ചത്തിൽ കാണുന്നു. അടുത്തെത്തിയപ്പോൾ അവൾ ബൈക്കിനുനേരെ കൈനീട്ടി ലിഫ്റ്റ് ആവശ്യപ്പെടുന്നു. വണ്ടിനിർത്തി തിരിഞ്ഞുനോക്കിയ ജിത്തേട്ടൻ ഞെട്ടിപ്പോയി! ചുവന്ന കണ്ണുകളും തേറ്റപ്പല്ലുകളുമായി ഒരു യക്ഷി നാവും നീട്ടി നില്ക്കുന്നു! ഞാനായിരുന്നെങ്കിൽ തത്സമയം മോഹാലസ്യപ്പെട്ടു വീണുപോയേനെ. പക്ഷെ, നമ്മുടെ കക്ഷി ധൈര്യം സംഭരിച്ചു ജീവനും കൈയിൽപ്പിടിച്ചു പാഞ്ഞു."

"എന്നിട്ടോ?" വർധിച്ച ശ്വാസതാളവുമായി ഗോമതിയമ്മ ആരാഞ്ഞു.

"പിന്നീട് ആ ചിത്രം മനസ്സിന്റെ അഗാധഗർത്തത്തിലേക്ക് ആണ്ടിറങ്ങി സമനില തെറ്റിച്ചുകൊണ്ടിരുന്നു. ഇനി ഭയപ്പെടാനില്ല. ഡോക്ടറാരാ മോൻ! രോഗിയെ ഹിപ്നോട്ടൈസ് ചെയ്ത് ഉപബോധമനസ്സിലേക്ക് നീന്തിക്കയറിയ യക്ഷിയെ ഇറക്കി വിട്ടിട്ടേ പിന്നെ അദ്ദേഹത്തിന് വിശ്രമിക്കാനായുള്ളൂ."

കഥ പറഞ്ഞിട്ട് വിശ്വാസയോഗ്യമായോയെന്നറിയാൻ ഗോപു വല്ല്യമ്മയുടെ മുഖത്തേക്ക് പാളിനോക്കി. തള്ളവിരൽ താടിക്കൂന്നിയും ചൂണ്ടുവിരൽ മൂക്കിനുമുകളിലുമായി ചേർത്തുവെച്ച് അത്ഭുതംകൂറിയ മിഴികളുമായി ഗോമതിയമ്മ നില്ക്കുമ്പോൾ തരിമ്പുപോലും വിശ്വസിക്കുന്നില്ലെന്ന ഭാവമായിരുന്നു ഷൈനിയിൽ ദർശിക്കാൻ കഴിഞ്ഞത്.

4

ജിത്ത് നാടകരചനയിലാണ്. എഴുത്ത് തുടങ്ങീട്ട് രണ്ടാഴ്ച കഴിഞ്ഞിട്ടും രണ്ടു രംഗം പോലും പൂർത്തീകരിക്കാനായില്ല. കഥ നാലുരംഗങ്ങളിലായി വിന്യസിപ്പിക്കണമെന്നാണ് ഉദ്ദേശിക്കുന്നത്. കൂടുതലായാൽ കാണികളിൽ മുഷിപ്പുണ്ടാകും. കഥാകാരന്റെ സൗകര്യത്തേക്കാളുപരി പ്രേക്ഷകരുടെ സഹിഷ്ണുതയാണല്ലോ പരിഗണിക്കേണ്ടത്!

നാടകാന്ത്യം സ്ഫോനാത്മകമാകണം. പ്രേക്ഷകഹൃദയങ്ങളിൽ ചെറുപോറൽ കോറിയിടാനെങ്കിലും ഇതിവൃത്തത്തിനു കഴിയണം. കടിച്ചാൽ പൊട്ടാത്ത സംഭാഷണം ജനങ്ങളെ ഇളക്കിമറിച്ചേക്കും. കോമഡിയുണ്ടെങ്കിലേ ആളുകളെ പിടിച്ചിരുത്താനാവൂ.

ഇതെല്ലാം മുന്നിൽ കണ്ടുകൊണ്ടാണ് തൂലികയുടെ ചലനം. കോളേജ് ഡേയ്ക്ക് അവതരിപ്പിക്കാൻ എഴുതിയ നാടകം കൈയടി നേടാൻ കഴിഞ്ഞെന്ന ആത്മധൈര്യമാണ് ആകെയുള്ള കൈമുതൽ. എഴുതിയത്രയും ഇതിനോടകം രണ്ടുവട്ടം വായിച്ച് നിഷ്പക്ഷനിരൂപണത്തിന് തകർപ്പനെന്ന് സ്വയം പ്രഖ്യാപിക്കുകയുണ്ടായി.

മസ്തിഷ്കം ചൂടാക്കി ഉയിർകൊണ്ട ഡയലോഗ്മണികൾ കടലാസ്സിൽ നിരത്തിക്കൊണ്ടിരിക്കെ ഏകാഗ്രതയെ ഭഞ്ജിപ്പിച്ചുകൊണ്ട് അടുത്ത മുറിയിൽ നിന്നും വളകിലുക്കങ്ങളും തേൻമൊഴികളും കേട്ടു. തുടർന്ന് മാധുര്യമൂറുന്ന ഗാനസുധയും ശ്രവിക്കാനായി.

ഷൈനിയുടെ മുറിയിൽ നിന്നാണ്!

അവളുടെ കൂട്ടുകാരികൾ ആരൊക്കെയോ വന്നെത്തിയിട്ടുണ്ട്. ജിത്തിന്റെ ശ്രദ്ധ അങ്ങോട്ടുതിരിഞ്ഞു. ഇമ്പമാർന്ന ശബ്ദത്തിനുടമ ആരെ

ന്നറിയാനുള്ള വ്യഗ്രതയോടെ അവൻ ഷൈനിയുടെ മുറിയിലേക്ക് നടന്നു.

ഷൈനിക്കു ചുറ്റുമായി മോടിയിൽ വസ്ത്രധാരണം ചെയ്ത മൂന്നു തരുണീമണികൾ! ഹാഫ്സാരി ചുറ്റിയ സുന്ദരിയായ പെൺകുട്ടിയാണ് സംഗീതാലാപനത്തിൽ. ഗാനം സ്മാർട്ട്ഫോണിൽ റെക്കോർഡ് ചെയ്യുകയായിരുന്നു കൂട്ടുകാരികൾ. ജിത്തിന്റെ മുഖം കണ്ടതോടെ പെൺകുട്ടികളിൽ ലജ്ജയുടെ പരിവേഷം മിന്നിമറഞ്ഞു. ഗാനം നിലച്ചപ്പോൾ ജിത്ത് കൈകൊട്ടി പ്രശംസിച്ചു: "മാർവലസ്! ചലച്ചിത്ര ലോകം കാണാതെ പോയ ഒരു പിന്നണിഗായിക!

പാട്ടുകാരി വ്രീളാവിവശയായി കൂട്ടുകാരിയുടെ പിന്നിലേക്കു മറഞ്ഞു.

ഏട്ടനെ ഷൈനി സുഹൃത്തുക്കൾക്ക് പരിചയപ്പെടുത്തി. ജിത്ത് നേരിട്ട് പരിചയപ്പെടുകയായിരുന്നു. ഷൈനിയുടെ ക്ലാസ്മേറ്റ്സുകളായിരുന്നു എല്ലാവരും തന്നെ. അവരുടെ ഓരോരുത്തരുടെയും പേരും താമസസ്ഥലവും സൗഖ്യവുമൊക്കെ അന്വേഷിച്ചുകൊണ്ടിരുന്നു. പാട്ടുപാടിയ കുട്ടിയുടെ പേര് വേദിക എന്നായിരുന്നു. അവളുടെ ബയോഡാറ്റ സമ്പൂർണ്ണമായി ഹൃദിസ്ഥമാക്കിയിട്ടും ജിത്ത് അവൾക്കരികിൽ നിലയുറപ്പിച്ച് ചോദ്യശരങ്ങളെയ്ത് വീർപ്പ് മുട്ടിച്ചുകൊണ്ടിരുന്നു.

ഷൈനിക്കതിൽ നീരസമുണ്ടായിരുന്നു. അവരുടെ സ്വകാര്യതയാണ് ഏട്ടനായിട്ട് നഷ്ടപ്പെടുത്തുന്നത്! അവൾ ഷെൽഫിൽ നിന്നും ഫാമിലി ആൽബം വലിച്ചെടുത്ത് മൂവരുടേയും ശ്രദ്ധപിടിച്ചുപറ്റാൻ അവർ കാണാകെ തുറന്നുവച്ചു. കാഴ്ചക്കാരനായി ജിത്തും പറ്റിക്കൂടി. അവന്റെ നയനങ്ങൾ പക്ഷേ ആൽബത്തിലായിരുന്നില്ല- വേദികയുടെ ആകർഷകമായ മേനിയിലാണ് ഇഴഞ്ഞുനടന്നത്.

കാപ്പികുടിയും കഴിഞ്ഞ് അംഗനമാർ ഇറങ്ങുമ്പോൾ പിന്നാലെ നിഴൽപോലെ ജിത്തും നടയിറങ്ങി.

"ആദ്യമായി വരുന്നതല്ലേ- വഴി നിശ്ചയം കാണില്ല, സ്റ്റോപ്പ് വരെ ഞാനുമുണ്ട്."

ഏട്ടന് സുഖമില്ലാത്തതല്ലെ- മെഡിസിനൊക്കെ കഴിച്ചു കുറച്ചുവിശ്രമിക്ക്. വഴിതെളിച്ചുകൊടുക്കാൻ ഞാനുണ്ട്.

ഷൈനി വിലക്കി. അനാവശ്യമായ അവളുടെ ഇടപെടൽ ജിത്തിന് പിടിച്ചില്ല. തടയണ തട്ടിമാറ്റാൻ അവനൊരു തമാശയെറിഞ്ഞു: "പീഡനക്കാലമാണ് പിള്ളേരെ. നോക്കിനില്ക്കെ റാഞ്ചിക്കൊണ്ടു പോകും. എവി

ടെപ്പോയാലും ഒരാൺതുണ വേണം."

ജിത്ത് ബസ് സ്റ്റോപ്പ് വരെ അവരെ അനുഗമിച്ചു. വണ്ടി കയറ്റിവിട്ട് തിരിച്ചുനടക്കുമ്പോൾ ഉത്സാഹവും സന്തോഷവും കെട്ടിരുന്നു. തുടർന്ന് എഴുതാനുള്ള മൂഡും നഷ്ടപ്പെട്ടിരുന്നു. എങ്കിലും എഴുതി നിർത്തിയിടത്തുനിന്നും ചിന്തകൾ മേഞ്ഞുനടന്നു. അങ്ങനെ നടക്കുന്നേരം വഴിയരികിലുള്ള ചായക്കടയിലേക്ക് കണ്ണൊന്നു പാളി.

തിരക്കൊഴിഞ്ഞ നേരം. ചായക്കടക്കാരൻ നാണുനായർ ബീഡി പുകച്ചുകൊണ്ടു മുൻവശത്തെ ബെഞ്ചിലിരുപ്പുണ്ട്.

ഒന്നുകാണുക തന്നെ. കാര്യമുണ്ട്!

കഴിഞ്ഞ ആഴ്ച ഉത്സവക്കമ്മറ്റി കൂടിയപ്പോൾ നാടകം അവതരിപ്പിക്കാൻ അനുമതി തന്നിരുന്നു. മഹോത്സവത്തോടനുബന്ധിച്ചുള്ള കലാപരിപാടികളിൽ അവസാനത്തെയിനമായി യുവചേതനയുടെ നാടക ഡേറ്റും ഫിക്സ് ചെയ്യുകയുണ്ടായി. ജിത്തും ഗോപുവുമൊക്കെ ഉൾപ്പെടുന്ന കലാസമിതിയാണ് യുവചേതന ആർട്സ് ആന്റ് സ്പോർട്സ് ക്ലബ്ബ്.

ഉത്സവത്തിന് ഇനി ഒരേ ഒരു മാസമാണ് ശേഷിക്കുന്നത്. നാടകം എഴുതിക്കഴിഞ്ഞത് പോലുമില്ല! രണ്ടുമൂന്നു ദിവസത്തിനുള്ളിൽ ഫിനിഷ് ചെയ്യാമെന്ന വിശ്വാസത്തിലാണ് ജിത്ത്. ഏക സ്ത്രീകഥാപാത്രമുൾപ്പെടെ പത്ത് കഥാപാത്രങ്ങളാണ് രംഗത്ത് അണിനിരക്കേണ്ടത്. നടന്മാർക്ക് ക്ഷാമമില്ല. അതിനായി ക്ലബ്ബിലെ അംഗങ്ങൾ അസംഖ്യം.

പക്ഷെ നടി?

നാടക നടികൾ അടുത്ത പരിസരത്തൊന്നും ഉള്ളതായി അറിവില്ല. പിന്നെ എവിടെപ്പോയവരെ തപ്പിയെടുക്കും? നാണുനായർ പണ്ട് നാടകങ്ങളിലൊക്കെ അഭിനയിച്ചിരുന്നതായി കേട്ടറിവുണ്ട്. അദ്ദേഹത്തെ പിടിച്ചാൽ എന്തെങ്കിലും പോംവഴി കണ്ടെത്താനാകുമെന്നു കരുതി ജിത്ത് കടയിലേക്ക് കയറിച്ചെന്നു.

"എന്താ ജിത്തേ പതിവില്ലാതെ-എന്റെ വക ഒരു കാപ്പി എടുക്കട്ടേയോ?" നാണു നായർ ലോഹ്യംവെച്ചു ചോദിച്ചു.

"വേണ്ട നാണുച്ചേട്ടാ- ഞാനൊരു കാര്യമറിയാൻ കയറിയതാണ്. നാണുച്ചേട്ടൻ മുമ്പ് നാടകത്തിലൊക്കെ അഭിനയിച്ചിട്ടുള്ളതല്ലേ........."

"പിന്നേ, എത്രയെത്ര നാടകങ്ങളിൽ ആടിത്തിമർത്തേക്കണ്. എന്തേയിപ്പ ചോദിക്കാൻ?"

"ഞങ്ങളൊരു നാടകം ക്ഷേത്രത്തിൽ കളിക്കാനുദ്ദേശിക്കുന്നുണ്ട്.

റിഹേഴ്സലൊന്നും നോക്കിയിട്ടില്ല. തുടങ്ങുമ്പോൾ അറിയിക്കാം. നാണുച്ചേട്ടൻ വന്ന് പോരായ്മകളൊക്കെ നികത്തി വേണ്ട മാർഗ്ഗ നിർദ്ദേശങ്ങളൊക്കെ നല്കണം."

"നാടകമെന്ന് കേട്ടാല് അവിടെ ചെന്ന് തുണിപൊക്കി നോക്കിക്കൊണ്ടിരുന്നോനാ ഈ നാണുച്ചേട്ടൻ. എന്നാലിപ്പോ ഒന്നിനും കൊള്ളില്ല കൊച്ചേ. ഒറക്കം നിക്കാൻ വയ്യ. വെളുപ്പിനഞ്ചുമണിക്ക് തീ കത്തിപ്പിടിപ്പിക്കാൻ എഴുന്നേൽക്കേണ്ടതാണ്. ആറുമണിക്കൂറെങ്കിലും ഒറങ്ങിയില്ലെങ്കിൽ ഈ പുളുക്കത്തടി കൊണ്ട് പിന്നെ ഒരു പ്രയോജനവുമില്ല. എന്നാലും ഒരു ദിവസം ഞാൻ റിഹേഴ്സൽ കാണാൻ വരുന്നുണ്ട്."

"വളരെ ഉപകാരം."

"ഉപകാരം ഉപദ്രവമായിക്കൂടെന്നില്ല. റിഹേഴ്സൽ കണ്ടുകൊണ്ടിരിക്കെ എനിക്ക് പൊരുത്തപ്പെടാനായില്ലെങ്കിൽ അഭിപ്രായം ഞാൻ മുഖം നോക്കാതെ തുറന്നു പറയും. അത് എല്ലാവർക്കും പിടിച്ചെന്നുവരില്ല. വെറുതെയെന്തിനാ അവരുടെ വെറുപ്പ് വിലയ്ക്കു വാങ്ങുന്നത്? അല്ലെങ്കിൽ തന്നെ ആധികാരികമായ നിർദ്ദേശങ്ങൾ വെക്കാൻ ഞാനാര്? നിങ്ങളൊരു കാര്യം ചെയ്യ്- നാടകത്തിന് ഒരു സംവിധായകനെ വെക്ക്."

"ഞാനത് ആലോചിക്കായ്കയില്ല. നാലു നാടകം പോലും നേരാംവണ്ണം കണ്ടിട്ടുപോലുമില്ലാത്ത പിള്ളേരാ അഭിനയിക്കാനായിട്ട് ഒരുമ്പെട്ടെറങ്ങിയിരിക്കുന്നത്."

"നാടകം പിള്ളേര് കളിയല്ല. ഒരുപാടാളുകൾ കാണാനുള്ളതാണ്. കാണാപ്പാഠം പഠിച്ച ഡയലോഗുകൾ ഏറുപമ്പരംപോലെ കറക്കിവിടുന്നതിലൊന്നും കാര്യമില്ല. സന്ദർഭത്തിനൊത്ത് ശബ്ദക്രമീകരണവും വികാരങ്ങൾക്കൊത്ത ഭാവവും നാടകീയതയുമൊക്കെ വേണം. നാടകത്തിന്റെ ജീവനിരിക്കുന്നത് മികച്ച സംവിധാനത്തിലാണ്."

"പിന്നെ നാണുച്ചേട്ടന് നടിയെ ആരെയെങ്കിലും പരിചയമുണ്ടോ?"

പിന്നില്ലായോ, ഡസൻ കണക്കിന്- ഒലനാട് ജാൻസി, കൈതാരം ശാന്ത, ചൊവ്വര അമ്മിണി. അതൊക്കെ അന്നത്തെ നടികള്. ഇന്നിപ്പോ നാടകമുണ്ടോ? നടികളുമില്ല. ഒള്ളവരൊക്കെ സിനിമയുടേയും സീരിയലിന്റേയും പിറകിലല്ലേ!"

"അതൊരു പ്രശ്നമാവുമല്ലോ നാണുച്ചേട്ടാ. ഇക്കാലത്ത് പെൺവേഷംകെട്ടി ആടിയാൽ പറമ്പിലെ കല്ലുകളെല്ലാം സ്റ്റേജിൽ വന്നുവീഴില്ലേ!"

"ചൊവ്വര നാടകനടികളുടെ കോട്ടയാണെന്നാ കേട്ടിട്ടുള്ളത്. ഒന്ന

വിടെ വരെ പോയി അന്വേഷിച്ച് നോക്ക്. ചെലപ്പോ വല്ലതും തട ഞ്ഞേക്കും."

അങ്ങനെയാവട്ടെയെന്ന ഉദ്ദേശ്യത്തിൽ ജിത്ത് തലകുലുക്കി എഴു ന്നേറ്റു.

സംവിധാനം നിർവ്വഹിക്കാൻ പ്രാപ്തനായ ഒരാളെ ജിത്ത് കണ്ടെ ത്തിക്കഴിഞ്ഞു. സുഹൃത്തും സഹപാഠിയുമായിരുന്ന കിഷോർ. കോളേജ് ആനിവേഴ്സറിക്ക് അവതരിപ്പിക്കാൻ താൻ എഴുതിയ നാടകം സംവി ധാനം ചെയ്തതും പ്രധാന റോൾ കൈകാര്യം ചെയ്തതും അവനായി രുന്നു. കൂടാതെ അമേച്വർ കലാരംഗത്ത് സകലകലാവല്ലഭൻ എന്ന ഖ്യാതിയും നേടിയെടുത്തിട്ടുണ്ട്.

വൈകുന്നേരം ജിത്ത് എഴുതിക്കൊണ്ടിരിക്കെ ഗോപു മുറിയിലേക്കു കടന്നുവന്നു. വന്നപാടെ അവൻ തൊള്ളകീറി.

"അതു ശരി! എഴുത്ത് ഇനിയും തീർന്നിട്ടില്ല? എന്നത്തെ കാലത്താ ഇനി പൂർത്തിയാകുന്നത്. മതി. എഴുത്ത് നിർത്തിക്കോ..... നാടകം ഏറ്റ സ്ഥിതിക്ക് ആടാതെ പറ്റില്ലല്ലോ- അതിന് പ്രസിദ്ധീകരിച്ച പുതിയനാ ടകം ഏതെങ്കിലും സെലക്ട് ചെയ്യാം."

"നീ കെടന്ന് പെടക്കാതെ. നാടകം രണ്ടു ദിവസം കൊണ്ട് എഴുതി തീർക്കാവുന്നതേയുള്ളൂ. പ്രിന്റ് ചെയ്ത നാടകങ്ങളിലൊക്കെ രണ്ടോ മൂന്നോ സ്ത്രീകഥാപാത്രങ്ങൾ കണ്ടെന്നിരിക്കും. അവർക്ക് വേണ്ടിവ രുന്ന ചെലവുകളൊക്കെ നീ വഹിക്കുമോ...... നടിയെത്തന്നെ കിട്ടാനി ല്ല. അതിനെടേലോ........."

പറഞ്ഞുതീർന്നില്ല, ഗോപു വീണ്ടും ഒച്ചയിട്ടു.

"എന്റിഷ്ടാ. റിഹേഴ്സല് തൊടങ്ങണ്ടെ? ദിവസങ്ങളധികം ഇല്ലെ ന്നോർക്കണം. സൂപ്പർ സ്റ്റാറുകളൊന്നുമല്ല വന്നഭിനയിക്കുന്നത്. കാക്കിരി കൂക്കിരിപ്പിള്ളേരാ. അവർക്കൊക്കെ മുടങ്ങാതെ പ്രാക്ടീസ് വേണം."

"എല്ലാത്തിനും വഴിയുണ്ട്. നീയൊന്നടങ്ങ്. ഞാനിതൊന്ന് എഴു തി തീർത്തോട്ടെ."

"ഓ, ഒലത്തി. അതിരിക്കട്ടെ, നടന്മാരെയൊക്കെ നിശ്ചയിച്ചോ,

"ചെറിയൊരു ധാരണയിലെത്തിയിട്ടുണ്ട്. റിഹേഴ്സൽ നോക്കിയിട്ടേ ഉറപ്പിക്കാനാകൂ."

"നായകൻ ഞാൻ തന്നെയല്ലേ?"

"അല്ലല്ലോ..... അതിന് അഭിനയിക്കാൻ ശേഷിയും കാഴ്ചയ്ക്കു

സുമുഖനുമായ ഒരാളെ കണ്ടെത്തിയിട്ടുണ്ട്."

"അതാരാ?"

"ഈ ഞാൻ തന്നെ."

"നടക്കില്ല ചങ്ങാതി. നായകനിൽ കുറഞ്ഞ ഒരു വേഷവും കെട്ടാൻ ഞാനില്ല."

ഈ നാടകത്തിൽ ഹീറോയേക്കാൾ തിളക്കം വില്ലൻ റോളിനാ. ആ പാർട്ട് നീയെടുത്തോ. ഒരു ബലാൽസംഗ സീനുമുണ്ട്. അത് കേട്ട പ്പോൾ ഗോപുവിന്റെ ശാഠ്യത്തിനൊരയവ് വന്നതുപോലെ തോന്നി.

"നാടകം വായിച്ചു നോക്കീട്ട് പറയാം. ആര്, ഏതു റോളെടുക്കണ മെന്ന്."

5

ജിത്തിന്റെ നാടകരചന പൂർത്തിയായി.

പത്തുമാസം ചുമന്നു നൊന്തുപ്രസവിച്ച മാതാവിന്റെ അതേ ജന്മ സാഫല്യമാണ് അന്നേരം ജിത്തിനുണ്ടായത്.

സ്ക്രിപ്റ്റ് ആദ്യമായി വായിക്കാൻ കൊടുത്തത് ഗോപുവിനായി രുന്നു.

ഒറ്റയിരിപ്പിൽ അവനത് വായിച്ചുതീർത്തു. നാടകം നന്നേ ഇഷ്ട പ്പെട്ടു. രചയിതാവിനെ അഭിനന്ദിക്കുവാനും അവൻ മറന്നില്ല.

“നാടകം കലക്കൻ. ജനശ്രദ്ധ പിടിച്ചു പറ്റും എന്നതിൽ തർക്കമേ യില്ല. എന്നുവച്ച് അധികം പൊങ്ങണ്ട കേട്ടോ.”

“പോടാ....നോട്ടീസെറങ്ങീട്ടുണ്ട്. കണ്ടോ?”

“ഇല്ല. നോക്കട്ടെ, ഇങ്ങെടുക്ക്.”

ജിത്ത് നോട്ടീസ് എടുത്തു കൊടുത്തു. ഗോപു വിശദമായി കണ്ണോ ടിച്ചിട്ട് പ്രസക്തമായ ഭാഗം എടുത്തുപറഞ്ഞു.

“ഡിസംബർ ഇരുപത്തിയൊന്നിന് യുവചേതനയുടെ ‘സോഷ്യ ലിസം ഒരു മരീചിക’. രചന: ശ്രീജിത്ത് നാലാംമൈൽ. ആരാ ഈ നാലാം മൈൽ ശ്രീജിത്ത്?”

ഗോപു പരിഹാസം മേമ്പൊടിയിട്ടു ചോദിച്ചു.

“നിന്റെ തന്തേടെ ചേട്ടന്റെ മകൻ. അതായത് ഈ ഞാൻ.”

“ആണോ? ഈ ‘ശ്രീ’ എവിടെനിന്നു മാന്തിയെടുത്തു- ഇതിനു

മുമ്പ് കേട്ടിട്ടില്ലല്ലോ..... അതിരിക്കട്ടെ നാടകരചയിതാവേ..... ഈ എളിയ അനുവാചകനൊരു സന്ദേഹം....?"

ജിത്ത് ഗോപുവിനു മുഖംകൊടുത്തു. അവൻ തുടർന്നു ചോദിച്ചു. "നാടകത്തില് എത്ര സ്ത്രീ കഥാപാത്രങ്ങളുണ്ടിഷ്ടാ?"

ജിത്ത് അവന്റെ നേർക്ക് രൂക്ഷമായി നോക്കിയിട്ട് വിലാപമെന്നോണം പിറുപിറുത്തു: "പൊട്ടക്കണ്ണനാണല്ലോ നാടകം വായിക്കാൻ കൊടുത്തത്."

"ഇങ്ങോട്ടു കേറണ്ട. അബദ്ധം ആർക്കും സംഭവിക്കാം. അതംഗീകരിച്ചേ പറ്റൂ. ഇതുപോലെയൊരു മണ്ടത്തരം....."

"എന്തൊലക്കേട മൂടാന്നാ നീ പറയുന്നേ..." ജിത്ത് ഒച്ചയിട്ടു.

"എടാ ഉവ്വേ... ആദ്യത്തെ രണ്ടുരംഗത്തിലും നായിക ദേവികയായിട്ടാണ് പ്രത്യക്ഷപ്പെടുന്നത്. മൂന്നിലും നാലിലുമത് വേദികയായി മാറുന്നു. എങ്കിൽ നായിക ഇടയ്ക്കുവച്ച് പേരുമാറ്റി പ്രസിദ്ധം ചെയ്തെന്ന വിവരം ഓഡിയൻസിനെ അറിയിക്കണം കേട്ടോ!"

പേരിലെ വ്യത്യസ്തത അപ്പോഴാണ് ജിത്തിന് ബോദ്ധ്യപ്പെട്ടത്. വേദിക വീട്ടിൽ വന്നശേഷം കഥാനായികക്ക് അവളുടെ നാമം നല്കിപ്പോരുകയായിരുന്നു. ആദ്യരംഗങ്ങളിലെ ദേവിക പിന്നീട് തിരുത്താനും മറന്നുപോയി.

ഗോപു പരിഹാസം പിന്നെയും തുടർന്നു: "പറയെടാ - ദേവിക എങ്ങനെ വേദികയായി? ആ ഇന്ദ്രജാലമാണ് മനസ്സിലാകാത്തത്. ഇനി അക്ഷരങ്ങൾ മാറിമറിഞ്ഞതാണെങ്കിൽ ഇടയ്ക്കിടക്ക് രണ്ടുനാമവും പ്രത്യക്ഷപ്പെടണമല്ലോ...."

"വിട്ടുകളയെടാ- സില്ലിമാറ്റർ. നമുക്ക് ദേവികയെ ഉന്മൂലനം ചെയ്തേക്കാം. അതൊക്കെയിരിക്കട്ടെ- റിഹേഴ്സൽ ആരംഭിക്കേണ്ടേ?"

"പിന്നെ വേണ്ടേ... പിള്ളേരെയൊക്കെ വിളിച്ചു കൂട്ടി ഇന്നുതന്നെ തുടങ്ങണം. നടിയെ അന്വേഷിച്ചോ?" ഗോപു തിരക്കി.

"നീ വന്നിട്ടാകാമെന്നു കരുതി. നാളെ നമുക്ക് ചൊവ്വര വരെ ഒന്നു പോകണം. നിനക്കു പരിചയമുണ്ടോ ഏതെങ്കിലും നടികളെ?"

"പിന്നില്ലേ...... ഐശ്വര്യറായി, കാവ്യാമാധവൻ, ഭാവന, മീരാജാസ്മിൻ....."

"നിർത്തെടാ പന്നീ, കാര്യമായി ചോദിക്കുമ്പോഴാ അവന്റെയൊരു നേരമ്പോക്ക്."

ഈ സമയം ഗോപുവിന്റെ സെൽഫോൺ ശബ്ദിച്ചു. അവൻ ഫോണെടുത്ത് കാതോടു ചേർത്തു. ക്രിക്കറ്റു കളിക്കാൻ ഗ്രൗണ്ടിലേക്കു എത്തിച്ചേരണമെന്നറിയിച്ചുകൊണ്ടുള്ള ചങ്ങാതിയുടെ കോളായിരുന്നു.

ഗോപു മറുപടിയായി 'ഓകെ' പറഞ്ഞു. ജിത്തിനു നേരെ തിരിഞ്ഞു.

"കളി നടക്കുന്നുണ്ട്. ഞാൻ പോയി കുറച്ച് റൺസെടുത്തിട്ടു വരാം. വൈകീട്ട് ക്ലബ്ബിൽ കാണാം കേട്ടോ..."

അവൻ പുറത്തേക്കു നടന്നു. പക്ഷെ, മുറി വിടാനായില്ല. മുന്നിൽ വഴിതടഞ്ഞ് ഷൈനി.

"മാഷ് ഇറങ്ങാൻ വരട്ടെ- അന്ന്, അമ്മയുടെ പക്കൽ നിന്ന് ഡോക്ടറെ കാണാനെന്നും പറഞ്ഞ് വാങ്ങിക്കൊണ്ടുപോയ പണം മടക്കി തന്നിട്ട് പോയാൽ മതി."

"അതിന് പണം ഡോക്ടർക്ക് കൊടുത്തില്ലേ. മരുന്നും വാങ്ങിച്ചു."

"രൂപക്ക് നാലെണ്ണം കിട്ടുന്ന വൈറ്റമിൻ ഗുളിക! അതിവിടെയിരുപ്പുണ്ട് - എടുത്തുകൊണ്ടു പോയ്ക്കോ, എന്നിട്ട് വാങ്ങിയ പണം ഇവിടെ വയ്ക്ക്. "

"അപ്പോൾ ട്രീറ്റ്മെന്റിന് ഡോക്ടർക്ക് കൊടുത്തതോ?"

"ഏത് ഡോക്ടർക്ക് ? തോമസ് എബ്രഹാമിനോ? അങ്ങനെയൊരു ഡോക്ടർ ഈ ഭൂമിമലയാളത്തിലില്ല മോനേ. എന്നെ പറ്റിക്കാമെന്ന് വിചാരിച്ചോ, നടക്കില്ല ചങ്ങാതീ- ഒരു ബോയ്ഫ്രണ്ട് മുഖേന എല്ലാ കാര്യങ്ങളും ഞാനറിഞ്ഞു."

ഈ സമയം ഗോമതിയമ്മ അവിടേക്ക് തലനീട്ടി. ഷൈനി മമ്മിയോടായി വിസ്തരിച്ചു.

"മമ്മിക്കറിയേണ്ടേ- ഡോക്ടറെ കാണാനെന്നും പറഞ്ഞിറങ്ങിയ ഈ മാന്യന്മാർ എങ്ങോട്ടാ പോയതെന്ന്? - നഗരത്തിലെ എക്സിബിഷൻ ഷോ നടക്കുന്ന ഹാളിലേക്ക്! അതു കഴിഞ്ഞ് ത്രീസ്റ്റാർ ഹോട്ടലിലേക്കും. രണ്ടും കൂടി നമ്മളെ പറ്റിക്കുകയായിരുന്നു മമ്മി."

ഗോമതിയമ്മ കയർത്തൊന്നും പറഞ്ഞില്ല. മറിച്ച് നേരിയ സ്മിതം ഉരുണ്ടുകൂടുകയുണ്ടായി. മകന്റെ അന്നത്തെ ഭാവവ്യത്യാസം കണ്ട് തെറ്റിദ്ധരിക്കാനിടയായതിൽ തെല്ല് ജാള്യവും തോന്നാതിരുന്നില്ല.

"മമ്മി എന്താ മടിച്ചുനില്ക്കുന്നത്? കാശു മേടിച്ചിട്ട് ഇവനെ വിട്ടാ മതി."

“വെല്ലൂ, ഈ പറഞ്ഞതൊന്നും വിശ്വസിക്കരുത്. ഇവൾക്ക് നൊസ്സാ...”

ഗോപു അതും പറഞ്ഞ് നൂണ്ട് പുറത്തേക്കു കടക്കാൻ ശ്രമിച്ചു കൊണ്ടിരുന്നു. അന്നേരം ഷൈനി അവന്റെ പോക്കറ്റിൽ കിടന്ന പേഴ്സ് റാഞ്ചിയെടുത്ത് തുറന്നുനോക്കി. ഉള്ളറകളെല്ലാം സൂക്ഷ്മമായി പരിശോധിച്ചു. ഒന്നു രണ്ട് ഐഡന്റിറ്റി കാർഡുകളല്ലാതെ പണമൊന്നും കിട്ടിയില്ല. ദേഷ്യം വന്ന അവൾ പേഴ്സ് തറയിലേക്കെറിഞ്ഞിട്ട് വീണ്ടും കട്ടിളമേൽ കൈപ്പടം ചാരി മറതീർത്തു നിന്നു.

“മാറ് പെണ്ണേ എനിക്കു പോകണം” ഗോപു തറയിൽ വീണുകിടന്ന പേഴ്സ് എടുത്ത് പോക്കറ്റിൽ തിരുകിയിട്ട് ഷൈനിയുടെ കൈ ബലമായി വിടുവിക്കാൻ നോക്കി.

“കൈമാറ്റ് പെണ്ണേ.” ഗോമതിയമ്മയും കൈക്കു കയറി പിടിച്ചതോടെ ഗോപു സ്വതന്ത്രനായി പുറത്തേക്കു കടന്നു.

വൈകുന്നേരമായപ്പോൾ ജിത്ത് അമ്പലനടയിലേക്ക് നടന്നു. ഉത്സവാഘോഷ കമ്മറ്റി മെമ്പറായിരിക്കെ ഭാരവാഹിത്വത്തിന്റെ ചുക്കാൻ പിടിക്കേണ്ടതുണ്ട്. ഉത്സവം അടുക്കുകയാണ്. ഭാവി പ്രവർത്തനങ്ങളെക്കുറിച്ചുള്ള വിവരങ്ങളൊന്നും കൂടുതൽ അറിയാൻ കഴിഞ്ഞില്ല. അവൻ ഓഫീസിലെത്തുമ്പോൾ അതേക്കുറിച്ചുള്ള ചർച്ചയായിരുന്നു സഹകാരികൾ. ചെലവുകളുടെ സമ്പൂർണ്ണ പട്ടിക തയ്യാറാക്കുകയായിരുന്നു. ഭീമമായ തുക സമാഹരിക്കാൻ ഫണ്ടുപിരിവ് വൈകിച്ചുകൂടെന്ന അഭിപ്രായം പൊങ്ങിവന്നു. നാലഞ്ചുപേർ ചേർന്നുള്ള നാനാ സംഘങ്ങൾ നാലു വഴിക്കായി കളക്ഷനിറങ്ങിക്കൊള്ളണമെന്ന് നിർദ്ദേശമുണ്ടായി. പിരിവ് കഴിഞ്ഞുവരുന്നവർ സായാഹ്നത്തിൽ സന്ധിക്കണമെന്നും പോയ വഴികളൊക്കെ പരസ്പരം അറിയിക്കണമെന്നും ശേഖരിച്ച ഫണ്ട് അന്നന്നു തന്നെ കണക്കിൽ രേഖപ്പെടുത്തണമെന്നും ശട്ടമുണ്ടായി.

യോഗം കഴിഞ്ഞ് പുറത്തേക്കിറങ്ങിയ ജിത്ത് മൈതാനത്തിലൂടെ അലസമായി നടക്കുകയായിരുന്നു. ചുറ്റമ്പലത്തു നിന്നും മുഴങ്ങുന്ന ശംഖുനാദത്തിന്റെ നേരിയ ശബ്ദം അമ്പലപ്പുറത്തേക്ക് നീണ്ടു.

ദീപാരാധന നേരം!

തെല്ല് കഴിഞ്ഞ് ഭക്തപ്രവാഹം പുറത്തേക്കൊഴുകി. ജിത്തിന്റെ ദൃഷ്ടി ഓരോരുത്തരിലും പതിഞ്ഞുകൊണ്ടിരുന്നു. ഒരുവേള കണ്ണുകളെ വിശ്വസിക്കാനാവാതെ വിസ്മയാധീനനായി അവൻ നിന്നുപോയി!

നടയിറങ്ങി വരുന്ന സീമന്തിനികൾക്കിടയിൽ കനകവിഗ്രഹം പോലെ വേദിക!

മുടിയിൽ തുളസിക്കതിരും തിരുകി സിന്ദൂരപ്പൊട്ട് തൊട്ട് നെറ്റിയിൽ ചന്ദനക്കുറി വരച്ച് ദേവാംഗനയെപ്പോലെ അവൾ നർത്തനച്ചുവടുകളോടെ നടന്നു നീങ്ങി.

ജിത്തിന്റെ ഉള്ളം തുടിച്ചു. വീട്ടിൽ വെച്ചുകണ്ടപ്പോൾത്തന്നെ അവളോട് അനുരാഗം തോന്നിയതാണ്. ഇതുവരെ അത് മനസ്സിലിട്ട് താലോലിക്കുകയായിരുന്നു. നേരിൽക്കണ്ട് തുറന്നു പറയാൻ അവസരം കിട്ടിയിട്ടില്ല. ഇപ്പോഴിതാ- സന്ദർഭം ഒത്തുവന്നിരിക്കുന്നു!

അവളറിയാതെ ജിത്ത് പിറകെ കൂടി. ഒരു കടാക്ഷത്തിനായി അവൻ ദാഹിച്ചു. ഗേറ്റ് കടന്നപ്പോൾ കൃത്രിമമായി ചുമയുണ്ടാക്കി. എന്നിട്ടും കേട്ട ഭാവം പോലും വേദികയിൽ നിന്നുമുണ്ടായില്ല.

"പുറകോട്ടേക്കൊന്നു തിരിഞ്ഞുനോക്കിയാൽ കഴുത്തിടറുകയൊന്നുമില്ല കേട്ടോ" ശബ്ദം താഴ്ത്തി ചെറുപുഞ്ചിരിയോടെ ജിത്ത് മൊഴിഞ്ഞു. പരിചിത പുരുഷശബ്ദം കേട്ട് വേദിക തിരിഞ്ഞുനോക്കി. ജിത്തിനെ കണ്ടു വിശ്വാസം വരാത്തതുപോലെ നിന്നിട്ട് അവൾ വിരിഞ്ഞ പുഞ്ചിരി അവനു സമ്മാനിച്ചു.

"അറിയ്യോ?" ജിത്ത് ചോദിച്ചു. വേദിക അറിയുമെന്നർത്ഥത്തിൽ തലയാട്ടിയിട്ട് അന്വേഷിച്ചു.

"ഷൈനി വന്നിട്ടുണ്ടോ?"

"ഓ, അവൾക്കങ്ങനെയൊരു ശീലമില്ല. തോന്നിയെങ്കിലായി. ആട്ടെ, വേദിക ക്ഷേത്രത്തിലേക്ക് എന്നും വരാറുണ്ടോ?"

"ചില ശനിയാഴ്ചകളിൽ വന്ന് ദീപാരാധന തൊഴാറുണ്ട്."

"അതെന്താ എന്നും വന്നാല്? അകമഴിഞ്ഞ പ്രാർത്ഥന ഐശ്വര്യത്തിലേക്കും ആത്മവിശ്വാസത്തിലേക്കുമുള്ള ചൂണ്ടുപലകയാണ്."

അവൾക്കതിന് മറുപടിയില്ലായിരുന്നു. ഒന്നുചിരിച്ചെന്നു വരുത്തി. അവളോടൊപ്പം ഒരു വീട്ടമ്മയുമുണ്ടായിരുന്നു. അവർ വേദികയോടായി പറഞ്ഞു." വരൂ, പോകാം, നേരം ഇരുട്ടിത്തുടങ്ങി.

വേദിക വിട ചോദിക്കുന്ന ഭാവത്തോടെ ജിത്തിനെ നോക്കി.

"കടവുവരെ ഞാനുണ്ട്." ജിത്ത് അവരോടൊപ്പം കൂടി. അവളോട് വ്യക്തിപരമായി പലതും ചോദിക്കാനും ഒട്ടേറെ പറയുവാനുമുണ്ടായിരുന്നു അവന്. കൂടെയുള്ള സ്ത്രീയുടെ മുന്നിൽ വച്ച് അതെല്ലാം തുറക്കു

ന്നതെങ്ങനെ?

"ഉത്സവം അടുക്കാറായി. ഒരാഴ്ച കലാപരിപാടികളുണ്ട്. വേദിക കാണാൻ വരില്ലേ?"

അവൾ മെല്ലെ തലയാട്ടി ഉത്തരത്തിനായി പരതി. കടവു കടന്ന് മൂന്നു കിലോമീറ്ററോളം പോയാലേ വീടണയൂ. രാത്രിസഞ്ചാരം ദുർഘട മായിരുന്നതിനാൽ കലാപരിപാടികൾക്കൊക്കെ പോയിവരാൻ അനുവാദം കിട്ടിയെന്നു വരില്ല. എങ്കിലും ഉത്സവാഘോഷത്തിൽ പങ്കുകൊള്ളാൻ വർഷംതോറും കുടുംബസമേതം എത്താറുള്ളതാണ്.

"കലാപരിപാടികൾക്കൊന്നും കാണില്ല. എന്തായാലും ഉത്സവ ത്തിന് വന്നേക്കാം." അവൾ പറഞ്ഞു.

അങ്ങനെ പറഞ്ഞാൽ പറ്റില്ല. ഇരുപത്തിയൊന്നാം തിയ്യതി ഞങ്ങ ളുടെ നാടകമുണ്ട്. അന്നു വരാതിരിക്കരുത്. മസ്റ്റാണ്. നോട്ടീസ് കിട്ടിയി രുന്നോ?

അവൾ അഭിപ്രായം പറയുംമുമ്പേ ജിത്ത് നോട്ടീസ് എടുത്ത് നീട്ടി യിട്ട് അറിയിച്ചു. 'സോഷ്യലിസം ഒരു മരീചിക' എന്ന നാടകമാണ് ഞങ്ങൾ അവതരിപ്പിക്കുന്നത്. സ്റ്റോറി സാമൂഹികമാണ്. നാട്ടിൽ സോഷ്യ ലിസം വിളമ്പിത്തരാമെന്നു പറഞ്ഞ് വ്യാമോഹിപ്പിച്ച് അധികാരത്തിൽ കയറിക്കൂടി കസേരയുറപ്പിച്ച മന്ത്രിപുംഗവൻമാർ ജനങ്ങളെ കബളിപ്പിച്ച് ഖജനാവിൽ കൈയിട്ടു വാരിയും കായൽ നികത്തിയും കരഭൂമി വെട്ടി പ്പിടിച്ചും സ്വന്തം സാമ്രാജ്യം വിപുലീകരിച്ച് അഴിമതിയുടെ ആൾരൂപ മായി മാറിക്കൊണ്ടിരിക്കുന്ന ജനപ്രതിനിധികൾക്കുനേരെ നീതിപീഠം കണ്ണടയ്ക്കുമ്പോൾ ആ കൃത്യം പൊതുജനം ഏറ്റെടുത്ത് പരസ്യവിചാ രണയ്ക്ക് വിധേയമാക്കുന്നതാണ് നാടകത്തിന്റെ പ്രമേയം. രചന നിർവ്വ ഹിച്ചിരിക്കുന്നത് ഞാൻ തന്നെയാണ്."

"ഓ! എഴുത്തുകാരനാണോ?"

"ങ്ങാ, കുറേശ്ശെ എഴുതും. വായിക്കാനായി ഒരു കോപ്പി ഞാൻ തരുന്നുണ്ട്. തുറന്ന അഭിപ്രായം പ്രതീക്ഷിക്കാമല്ലോ..."

അവർ നടന്ന് കടവിലെത്തി. മറുകരയിലെത്താനായി ജങ്കാർ സർവീ സുണ്ട്.

നിരത്തിലെ ഇറക്കത്തിൽ ഒരു പോലീസ് ജീപ്പ് കിടന്നിരുന്നു. ബാറ്റ ണുമായി ജീപ്പ് ചാരിനിന്ന പോലീസുദ്യോഗസ്ഥൻ തങ്ങൾക്കുനേരെ നോക്കി നില്ക്കുന്നതു കണ്ട് അകാരണമായി ജിത്തിന്റെ ഉള്ളൊന്നാന്തി.

വേദികയുടെ അരികു പിടിച്ച് നടന്ന ജിത്ത് പയ്യെ തെന്നിമാറി.

"പോകാം ഡാഡി." വേദിക നീതിപാലകനെ സമീപിച്ചു.

വേദികയുടെ ഡാഡി സർക്കിൾ ഇൻസ്പെക്ടർ സേതുനാഥനായിരുന്നു ആ പോലീസുദ്യോഗസ്ഥൻ. അദ്ദേഹം വേദികയെ കൂട്ടിക്കൊണ്ടുപോകാനായി എത്തിയതാണ്.

"ആരാ ഇയാള്?" ജിത്തിനെ കണ്ട് ഇൻസ്പെക്ടർ മകളോടു തിരക്കി.

"പരിചയപ്പെടുത്താൻ വിട്ടുപോയി. ഡാഡി അറിയില്ലേ, എന്റെ ഡിയർഫ്രണ്ട് ഷൈനിയുടെ ഏട്ടനാണ്."

സേതുനാഥ് ഒരുവട്ടംകൂടി ജിത്തിനെ നോക്കിയിട്ട് വാഹനം സ്റ്റാർട്ട് ചെയ്ത് ജങ്കാറിൽ കയറ്റി.

ജങ്കാർ മന്ദം നീങ്ങിയതോടെ അണ്ടി കളഞ്ഞുപോയ അണ്ണാനെപ്പോലെ ജിത്ത് തിരിച്ചുനടന്നു.

6

അമ്പലപ്പരിപാടിയും നാടകപരിപാടികളുമായിട്ട് ജിത്ത് എപ്പോഴും തിരക്കിലാണ്.

നടിയെ തിരക്കിപോകാൻ ഗോപുവിനെയും കാത്ത് നില്പുതുടങ്ങീട്ട് നേരം കുറച്ചായി.

പോക്കുകൊണ്ട് ഗുണമുണ്ടാകുമോയെന്ന് കണ്ടറിയേണ്ടതാണ്.

നാടകവുമായി ബന്ധപ്പെട്ടവരോടൊക്കെ അന്വേഷിച്ചപ്പോൾ എല്ലാവരും തന്നെ കൈമലർത്തുകയാണുണ്ടായത്. അവസാനം നാണുച്ചേട്ടൻ പറഞ്ഞതുപോലെ ചൊവ്വര അമ്മിണിയെ ചെന്നു കാണാൻ തന്നെ തീരുമാനിച്ചു.

ആള് ജീവിച്ചിരിപ്പുണ്ടോയെന്നു പോലും അറിവില്ല! ഉണ്ടെങ്കിൽത്തന്നെ നാടക കലയോട് യാത്ര ചോദിച്ചിരിക്കാനും സാധ്യതയുണ്ട്. കുടുംബത്തിലെ ഇളംതലമുറക്കാരിൽ വാസനയുള്ളവരാരെങ്കിലും കണ്ടേക്കാമെന്ന സങ്കല്പത്തിലാണ് ഇറങ്ങിത്തിരിക്കാമെന്നു വെച്ചത്.

ഗോപു ജീൻസും ഷർട്ടും തല്ലിക്കേറ്റി മുടി സ്റ്റൈലായി ചീകിയൊതുക്കി മുഖത്ത് പൗഡറുമിട്ട് വരുന്നുണ്ടായിരുന്നു.

അവനെ കണ്ടതോടെ ജിത്തിന്റെ ഈർഷ്യ പുറത്തേക്ക് വന്നു.

"എന്തെടുക്കുകയായിരുന്നെടാ ഇതുവരെ?"

"കുളി ഇപ്പോ പാസാക്കിയതേയുള്ളൂ. നടിയെക്കാണാൻ പോകുന്നതല്ലേ- ഒന്നു ഫ്രഷാകാതെയെങ്ങനെയാ!"

"ഇപ്പഴാ നിനക്ക് നേരം വെളുത്തത്?"

“ഉറങ്ങിപ്പോയി. ഇന്നലെ റിഹേഴ്സൽ കഴിഞ്ഞപ്പോൾ മണി എത്രയായെന്നാ ഇഷ്ടന്റെ വിചാരം.”

അവൻ തിരിച്ചടിച്ചു. റിഹേഴ്സൽ എന്നുപറയാനാവില്ല. പ്രാരംഭ ഘട്ടമായിരുന്നു. അഭിനയിക്കാനുള്ള താൽപര്യവുമായി മുന്നോട്ടു വന്ന മെമ്പേഴ്സ് ഏറെയുണ്ടായിരുന്നു. ആരുടേയും ആഗ്രഹങ്ങളെ ഹനിക്കാതെ തന്നെ ഓരോ പാർട്ട് കൊടുത്ത് ഓരോരുത്തരേയും പരീക്ഷിച്ചു നോക്കി. അതിൽ ഭേദമെന്നു തോന്നിയവരെ സെലക്ട് ചെയ്യുകയായിരുന്നു.

ജിത്ത് മോട്ടോർ സൈക്കിൾ സ്റ്റാർട്ട് ചെയ്തു. ഗോപു ചാടിയിരുന്നു.

വണ്ടി ചൊവ്വര ലക്ഷ്യമാക്കി പാഞ്ഞു.

രണ്ടുപേർക്കും സ്ഥലം നിശ്ചയം പോരായിരുന്നു.

നാഷനൽ ഹൈവേ വിട്ട് ബൈക്ക് ഇടറോഡിലേക്കു കയറി.

റെയിൽവേ ഗേറ്റ് മറികടന്ന് കുറേ ദൂരം കൂടി ഓടി ‘ചൊവ്വര’ എന്ന ബോർഡ് കണ്ടപ്പോൾ ആശ്വാസമായി. ഇനി ആരോടെങ്കിലും വഴി ചോദിക്കാതെ തരമില്ല.

ജിത്ത് പെട്ടിക്കടയുടെ മുമ്പിലായി വണ്ടിനിർത്തി.

“ഇറങ്ങി ചോദിക്കെടാ.”

“പേഴ്സിൽ ചില്ലറയില്ല- ഒരു സിഗരറ്റിനുള്ള കാശെടുക്ക്.”

“സിഗരറ്റോ, എന്നു തുടങ്ങിയിത്?”

“കടക്കാരൻ നമ്മെത്തന്നെ നോക്കുന്നത് കണ്ടില്ലേ? വമ്പൻ കോളു ഒത്തിട്ടുണ്ടെന്ന് സന്തോഷിക്കുന്നുണ്ടാവും. പാവം, എന്തിനാ വെറുതെ നിരാശപ്പെടുത്തുന്നത്?”

ഗോപു സിഗരറ്റ് വാങ്ങി കത്തിച്ചുപിടിച്ചിട്ടാണ് ചോദ്യമെറിഞ്ഞത്.

“ചേട്ടാ, ചൊവ്വര അമ്മിണി എന്നൊരു നടിയുണ്ടല്ലോ- അവരുടെ വീടെവിടെയാ? ”

“നേരെ നേരെ ഒരു ഫർലോങ്ങു കൂടിപ്പോയാൽ വലതുവശത്തായി ഒരു കപ്പേള് കാണും. അതിന്റെ മതിൽക്കെട്ടോടു ചേർന്ന വഴിയിലൂടെ നടന്നാൽ വലതുവശത്തെ രണ്ടാമത്തെ പുര.” - കടക്കാരൻ അറിയിച്ചു.

ഗോപു താങ്ക്സ് പറഞ്ഞു വണ്ടിയിൽ കയറി. ജിത്ത് ആ വഴിക്ക് വണ്ടി വിട്ടു. രണ്ടാമത്തെ വീട്ടുപടിക്കൽ വന്ന് വാഹനം നിർത്തി.

ഓലമേഞ്ഞ പഴക്കം ചെന്ന ഒരു കൊച്ചുപുര. അൻപത്തിയെട്ട് വയ

സ്സോളം പ്രായം ചെന്ന സ്ത്രീ മുൻവശത്തിരുന്ന് ഓലമടൽ കീറിക്കൊണ്ടിരിക്കുകയാണ്. ഇരുവരും സന്ദേഹത്തോടെ മുറ്റത്തേക്ക് കടന്നുചെന്നു.

"ആരാ? എവിടെന്നാ?" അപരിചിതരെക്കണ്ട് സ്ത്രീ തിരക്കി.

ഞങ്ങൾ നാലാം മൈലീന്നാ. മുമ്പ് നാടകങ്ങളിലൊക്കെ അഭിനയിച്ചുകൊണ്ടിരുന്ന അമ്മിണിയുടെ പുരയന്വേഷിച്ചിറങ്ങിയതാ." ജിത്ത് അറിയിച്ചു.

"വെറും അമ്മിണിയല്ല.-ചൊവ്വര അമ്മിണി!" അമ്മിണി തനിക്കു പതിച്ചുകിട്ടിയ നാമം ഓർമ്മിപ്പിച്ചു.

"അതെയതെ- ചൊവ്വര അമ്മിണി."

"എങ്കിൽ വീട് ഇതുതന്നെയാ."

"അവരിവിടെയുണ്ടോ? ഒന്നു കാണാനാവുമോ?"

"നിങ്ങൾ സംസാരിച്ചു നില്ക്കുന്നത് അവരോടു തന്നെയാ. എന്താ, കണ്ടിട്ട് പിടിച്ചില്ലേ?"

ജിത്തും ഗോപുവും ചെറുവല്ലായ്മയോടെ പരസ്പരം നോക്കി. അമ്മിണി തുടർന്നു.

"നാടകത്തിനൊന്നും ഇപ്പോ പോകാറില്ല മക്കളെ, കൊല്ലം പത്തായി സ്റ്റേജ് വിട്ടിട്ട്. നിങ്ങള് വേറെ ആരെയെങ്കിലും അന്വേഷിക്കൂ."

"ഇരുപത്, ഇരുപത്തിരണ്ട് വയസ്സിൽ കൂടാത്ത നടിയെയാണ് ഞങ്ങൾക്കു വേണ്ടത്. ചേച്ചിക്കാരെയെങ്കിലും അറിയാമെങ്കിൽ ഒന്നുപരിചയപ്പെടുത്തി തന്നാൽ വളരെ ഉപകാരമായിരുന്നു."

ഗോപുവാണ് അഭ്യർത്ഥിച്ചത്. അമ്മിണി ആലോചനയിലേക്ക് വഴുതി.

"എന്നോടൊപ്പം സഹകരിച്ചവരിൽ ആട്ടം ഉപേക്ഷിച്ചിട്ടില്ലാത്ത പലരുമുണ്ട്. പക്ഷെ, അവരുടെയൊക്കെ പ്രായം എത്ര മേക്കപ്പിട്ടാലും നികത്താനാവില്ല. അമ്മ വേഷമോ മുത്തശ്ശി വേഷമോ ഉണ്ടോ നിങ്ങളുടെ നാടകത്തിൽ?"

"ഇല്ല ഒറ്റ പെണ്ണേയുള്ളൂ-അതാകട്ടെ ഒരു യുവതിയും."

"പിന്നെയാരാ?" അമ്മിണി സ്വയം ചോദിച്ചു. അല്പം കഴിഞ്ഞ് പിടികിട്ടിയതുപോലെ അറിയിച്ചു: "ങാ, ഒരുത്തിയുണ്ട് വാരപ്പെട്ടി ഗ്രേസി. പ്രായം ഏതാണ്ട് നിങ്ങൾക്ക് ചേർന്നതുതന്നെ. പക്ഷെ, അവളുടെ

കല്യാണം ഉറപ്പിച്ചിരിക്കുകയാണ്. ഇനി കളിക്കില്ലെന്നാ കേട്ടത്. എന്തായാലും നിങ്ങളവിടെ ചെന്നൊന്നന്വേഷിച്ചു നോക്ക്."

"എവിടെയാണ് ഈ വാരപ്പെട്ടി?" ഗോപു തിരക്കി.

"അഞ്ചൽപ്പെട്ടിക്കടുത്താ-പത്തുമുപ്പതു കിലോമീറ്ററുണ്ട്."

"ഓ അത്രയും ദൂരംചെന്ന്... അതും ഉറപ്പില്ലാതെ! ചേച്ചിക്ക് വേറെ ആരെയെങ്കിലും പരിചയം കാണുമോ?"

"നാലഞ്ചുമൈലിനപ്പുറത്ത് ജമീലയെന്നൊരു നടിയുണ്ട്. പ്രൊഫഷണൽ നടിയാണ്. നിങ്ങൾ വിളിച്ചാൽ വരുമോയെന്നറിയില്ല. എങ്കിലും ചെന്നുനോക്ക്."

രണ്ടുപേരുടേയും മനസ്സ് കെട്ടു. നിരാശരായി അവർ യാത്രപറഞ്ഞിറങ്ങുന്നേരം പുറകിൽ നിന്നൊരു ശബ്ദം കേട്ടു. "ചായ കുടിച്ചിട്ട് പോകാം."

ഇരുവരും തിരിഞ്ഞുനോക്കി. രണ്ടു കൈയിലും ചായഗ്ലാസ്സുമായി സുന്ദരിയായ ഒരു യുവതി വരാന്തയിലേക്കു കടന്നുവന്നു.

"പാലില്ല." യുവതി ചെറുപുഞ്ചിരിയോടെ മൊഴിഞ്ഞു.

"അയ്യോ, വേണ്ടായിരുന്നു." ജിത്ത് ചായ വാങ്ങാൻ മടിച്ചു.

"എടുത്തുപോയില്ലേ, കുടിച്ചിട്ട് പോ മക്കളെ" അമ്മിണി നിർബന്ധിച്ചിട്ട് പരിചയപ്പെടുത്തുംപോലെ പറഞ്ഞു.

"മകളാ.."

ഗോപു ഇറമ്പിലേക്ക് കയറിനിന്ന് കൈയുയർത്തി ചായക്കപ്പു വാങ്ങി. ഒപ്പം ജിത്തിനും നീട്ടിയിട്ട് അവൾ ആരാഞ്ഞു.

"നടിയെ അന്വേഷിച്ചുവന്നിട്ട് നിരാശരായി അല്ലേ? ഞാൻ അഭിനയിച്ചാൽ മതിയോ നടിയായിട്ട്?"

ഇരുവരും ആശ്ചര്യത്തോടെ അന്യോന്യം നോക്കിനിന്നു. കേട്ടത് വിശ്വസിക്കാനാവാതെ അമ്മിണി സാകൂതം മകളുടെ നേർക്കുനോക്കി.

അവൾ കലാരംഗത്തുനിന്നും നിഷ്ക്രമിച്ചിട്ട് അഞ്ചുവർഷമായിരിക്കുന്നു! സ്റ്റേജിൽ ഇനി കയറില്ലെന്ന് തറപ്പിച്ചു പറഞ്ഞതുമാണ്. പിന്നെന്ത്യേ ഒരു മനംമാറ്റം? എന്തായാലും ആ മാറ്റം അവരെ സന്തോഷിപ്പിക്കുകയാണുണ്ടായത്.

"മതി. ധാരാളം." അവളുടെ ചോദ്യത്തിന് ജിത്തും ഗോപുവും ഒപ്പമാണ് പ്രതിവചിച്ചത്.

"പക്ഷെ, ഒരു കടമ്പ! നിങ്ങളു പറഞ്ഞ പ്രായവുമായി പൊരുത്തപ്പെടില്ല- ആറുവയസ്സ് മൂപ്പുണ്ടെനിക്ക്." യുവതി മറനീക്കി.

"അതു സാരമില്ല. കണ്ടാൽ തോന്നുകയേയില്ല. കൂടാതെ വിവാഹാലോചനയൊന്നുമല്ലല്ലോ- പ്രായം അളന്ന് തിട്ടപ്പെടുത്താൻ" ഗോപുവാണ് പ്രതികരിച്ചത്.

"എങ്കിൽ ഞാൻ ഓക്കെ- എന്നാണ് നാടകം?

അതെവിടെ വച്ചാണ്?"

"ഇരുപത്തിയൊന്നാം തിയ്യതിയാണ് നാടകം. അരങ്ങ് നാലാം മൈൽ ക്ഷേത്രാങ്കണം." ജിത്ത് പറഞ്ഞു.

"ഒരു മാസം തികച്ചുമില്ലല്ലോ! റിഹേഴ്സലിന് എന്നാണ് അറ്റൻഡ് ചെയ്യേണ്ടത്?"

ഒരു ചോദ്യചിഹ്നംപോലെ രണ്ടുപേരുടേയും കണ്ണുകൾ തമ്മിലിടഞ്ഞു. നടിയുമൊത്തുള്ള റിഹേഴ്സൽ ഡേ ആലോചിച്ചിട്ടുപോലുമില്ലായിരുന്നു. എങ്കിലും ജിത്ത് പറഞ്ഞൊപ്പിച്ചു.

"ഞായറാഴ്ച തുടങ്ങാമെന്ന് കരുതുന്നു. എന്തെങ്കിലും അസൗകര്യമുണ്ടെങ്കിൽ വന്നറിയിക്കാം. അല്ലെങ്കിൽ ഫോണിലൂടെ ബന്ധപ്പെടാമല്ലോ...."

"അതിന് എന്റെ കൈവശം ഫോണുണ്ടെങ്കിലല്ലേ. പിന്നെ ഒരു കാര്യം- എനിക്ക് ചില ഡിമാൻഡുകളൊക്കെയുണ്ട്, അതംഗീകരിച്ചാൽ മാത്രമേ പങ്കെടുക്കാൻ ഞാൻ തയ്യാറുള്ളൂ."

"എന്താണെന്നു പറഞ്ഞാലും.."

"നാടകത്തിൽ അഭിനയിക്കുന്നതിന് എണ്ണായിരം രൂപയാണ് എന്റെ ഫീസ്. അത് ചായമിടും മുമ്പേ കിട്ടിയിരിക്കണം. അത്രെയും നേരത്തെയായാൽ അത്രയും നന്ന്. പിന്നെ, മൂന്നു റിഹേഴ്സലിൽ കൂടുതൽ അറ്റൻഡ് ചെയ്യില്ല. ഓരോ റിഹേഴ്സലിന് വരുമ്പോഴും ആയിരം രൂപ വച്ച് എക്സ്ട്രാ കിട്ടിയിരിക്കണം. കൂടാതെ രാത്രി ഭക്ഷണവും കിടക്കാനുള്ള സൗകര്യവും ഒരുക്കണം. അതിനു സൗകര്യപ്പെടില്ലെങ്കിൽ വിരോധമൊന്നുമില്ല- ടാക്സിക്കൂലി കൊടുത്താൽ മതി.

"ഇതെല്ലാം ന്യായമായ ആവശ്യങ്ങളല്ലേ- ഞങ്ങൾക്ക് സർവ്വസമ്മതം" ഗോപു അറിയിച്ചു.

"ഞങ്ങൾ നാളെയിറങ്ങാം. റിഹേഴ്സൽ കാര്യം അപ്പോൾ ഫിക്സ് ചെയ്യാം. അഡ്വാൻസ് അന്നേരം മതിയല്ലോ?" ജിത്ത് ചോദിച്ചു.

"ഓ അതുമതി."

"എന്നാൽ ഞങ്ങളിറങ്ങട്ടെ?" അവർ തിരിഞ്ഞു നടന്നു. രണ്ടടി വച്ചപ്പോഴാണ് ജിത്തിന് ഒരു കാര്യം ഓർമ്മ വന്നത്. അവൻ തിരിഞ്ഞു നിന്നു. "അല്ലേ, ഇത്രയും സംസാരിച്ചിട്ട് പേരിതു വരെ ചോദിച്ചിട്ടില്ല?"

അവൾ ചിരിച്ചിട്ട് മൊഴിഞ്ഞു: "ദേവിക."

ജിത്ത് വിസ്മയത്തോടെ ഗോപുവിന്റെ നേർക്കു നോക്കി. ഗോപുവിനും അതേഭാവം. രണ്ടുപേരുടേയും ചുണ്ടിൽ നേരിയ ഹാസം നൂളിയിട്ടു. ഗോപു കൂട്ടിച്ചേർത്തു: "ചൊവ്വര ദേവിക!"

അവൾ നിഷേധിച്ചു: "അല്ല, വെറും ദേവിക."

7

വിറ്റേ ദിവസം ദേവികയെ കാണാൻ ജിത്ത് പുറപ്പെട്ടു. ഗോപുവിനെ പ്രതീക്ഷിക്കേണ്ട എന്നാണ് പറഞ്ഞിരിക്കുന്നത്.

അവനിന്ന് ക്രിക്കറ്റ് മാച്ചുണ്ടത്രേ!

ജിത്ത് ബൈക്കുമായി മുറ്റത്തേക്കു കയറിച്ചെന്നു.

ചൊവ്വര അമ്മിണി മുറത്തിൽ ചൊരിഞ്ഞിട്ട അരിയിലെ കല്ലും നെല്ലും പെറുക്കിക്കളയുകയാണ്. ദേവികയെ പുറത്തേക്കു കണ്ടതുമില്ല.

"ദേവികയെ ഒന്നു വിളിക്കൂ." ജിത്ത് ആവശ്യപ്പെട്ടു.

"അവളിവിടെയില്ലല്ലോ. കുട്ടിയേയുംകൊണ്ട് ആശുപത്രിയിൽ പോയിരിക്കുകയാണ്. പോയിട്ട് ഒരുപാട് നേരമായി. ഉടനെ വന്നേക്കും. ഇയാള് കയറിയിരിക്ക്."

കുട്ടിയേയും കൊണ്ട് ആശുപത്രിയിൽ പോയിരിക്കുകയാണെന്നോ! സ്വന്തം കുഞ്ഞായിരിക്കുമോ...? എങ്കിലവൾ ഭർതൃമതിയായിരിക്കും. കാഴ്ചയ്ക്ക് കന്യകയാണെന്നേ തോന്നിയുള്ളൂ. അതാണാഗ്രഹിച്ചതും. ധാരണയുടെ കടയ്ക്കലാണ് കോടാലി വീണത്!

ആലോചനകളോരോന്നായി ഉരുണ്ടുകൂടിയപ്പോൾ ജിത്ത് സ്വയം സമാധാനിച്ചു. വെറുതെയെന്തിന് മറ്റുള്ളവരുടെ സ്വകാര്യജീവിതം ചികയണം? നാടകത്തിൽ തന്റെ പാർട്ട് ഭംഗിയാക്കുന്നുണ്ടോയെന്നു മാത്രം ശ്രദ്ധിച്ചാൽപ്പോരേ? അവൻ വരാന്തയിലേക്കു കയറി കസേരയിൽ ഇരിപ്പുറപ്പിച്ചു. അമ്മിണി ഒരു സംശയം ജിത്തിന് നേർക്കിട്ടു.

"നാലാം മൈലിലാണ് കളി നടക്കുന്നതെന്ന് പറഞ്ഞെങ്കിലും

അതേതു നാലാംമൈലെന്നു എനിക്കിപ്പോഴും തിരിഞ്ഞിട്ടില്ല കേട്ടോ. പറവൂർക്ക് പോകുംവഴി ഒരു നാലാംമൈലുണ്ട്. കോതമംഗലം കഴിഞ്ഞും വരാപ്പുഴഭാഗത്തും ഓരോ നാലാം മൈലുണ്ട്. ഇതിലേതാ?"

"ഇവയൊന്നുമല്ല. ആലുവയിൽ നിന്നും പടിഞ്ഞാറ് അഞ്ചാറുകിലോമീറ്റർ അകലെയായി ഒരുനാലാം മൈലുണ്ട്."

"ഓ, ഓർക്കുന്നു! അവിടെ ഞാനൊരു നാടകത്തിന് വന്നിട്ടുണ്ട്. മുപ്പത്തഞ്ചുവർഷം മുമ്പാണത്. നാണു നായരേയും പ്രഭാകരൻപിള്ളയേയും അറിയുമോ?"

പിള്ളമാരിൽ പ്രഭാകരൻ എന്ന നാമധേയത്തിൽ രണ്ടുപേർ കരയിലുണ്ട്. അതിലൊന്ന് തന്റെ പപ്പയാണ്. അമ്മിണി ഉദ്ദേശിച്ച പ്രഭാകരൻ പിള്ള ഏതാണെന്ന് ജിത്തിന് സംശയമുണ്ടാക്കി.

"നാണുനാരെന്നു പറഞ്ഞത് ചായക്കടക്കാരനല്ലേ?"

"അതേയതെ- ഒരുഹോട്ടലുടമ. അറിയുമോ? പ്രഭാകരൻപിള്ളയ്ക്കു ഫാക്ടറിയിൽ ജോലിയുണ്ട്. "

ഇപ്പോൾ ജിത്തിന് ചിത്രം വ്യക്തമായി. അത് തന്റെ പപ്പയാണെന്ന് പറയാൻ നാവെടുക്കും മുമ്പേ അമ്മിണി വാചാലയായി.

"സീയെൽ ജോസിന്റെ വിഷക്കാറ്റ് എന്ന നാടകത്തിലഭിനയിക്കാനാണ് ഞാൻ നാലാം മൈലിലേക്ക് കാലുകുത്തിയത്. അരങ്ങു തകർത്ത നാടകമായിരുന്നു കേട്ടോ. ഡോക്ടർ ചെറിയാനായി നാണുനായരും ഡോക്ടർ വിൽസണായി പ്രഭാകരൻപിള്ളയുമാണ് അതിൽ വേഷമിട്ടത്. എനിക്ക് ഒരു നേഴ്സിന്റെ വേഷമായിരുന്നു. രണ്ടുമാസം മുന്നേ റിഹേഴ്സല് തുടങ്ങി. ഓരോ റിഹേഴ്സലിനു വരുമ്പോഴും പോകുന്നതുവരെ പ്രഭാകരൻപിള്ള പിറകേൽനിന്ന് മാറിയിട്ടില്ല. മൂപ്പിലാന് എന്നോട് കടുത്ത പ്രണയം. ഒരു ദിവസം അതു തുറന്നു പറയുകയും കല്യാണം കഴിച്ചോളാമെന്ന് അറിയിക്കുകയുമുണ്ടായി. വിഷയം അന്നത്തെ കാരണവരായിരുന്ന അമ്മാവന്റെ മുന്നിലേക്കിട്ടു. കലി കയറിയ അമ്മാവൻ പിള്ളയെ അടിച്ചു പുറത്താക്കിയില്ലെന്നതൊഴിച്ചാൽ ശാസനയടക്കം എല്ലാ പുകിലുകളുമുണ്ടായി. ഈ കാര്യം ഫൈനൽ റിഹേഴ്സലിനു വന്നപ്പോൾ എന്നെ അറിയിച്ചിട്ടു പറഞ്ഞു- നാടകം കഴിഞ്ഞാൽ ഇരുചെവിയറിയാതെ അന്നു രാത്രി ഒളിച്ചോടാമെന്ന്!"

പറച്ചിലിനിടയിൽ അമ്മിണി കുലുങ്ങിച്ചിരിച്ചുകൊണ്ടിരുന്നു. ജിത്തിന് കേൾക്കാൻ ആകാംക്ഷയായി. "എന്നിട്ടോ?"

അമ്മിണി തുടർന്നു: "സുമുഖനായ ചെറുപ്പക്കാരൻ. ഏതാണ്ട് ഇയാളെപ്പോലെയിരിക്കും. ജീവിക്കാൻ വേണ്ടുന്ന ചുറ്റുപാടുകൾ. വേണ്ടതിലധികം ഭൂമി. പുറമെ ഫാക്ടറി ജോലിയും. അയാളുമായുള്ള ബന്ധം ഏതു പെണ്ണും കൊതിച്ചുപോയില്ലെങ്കിലേ അത്ഭുതമുള്ളൂ. പക്ഷെ, അന്നേരമെന്റെ വിവാഹം ഉറപ്പിച്ചുവച്ചേക്കുവായിരുന്നു. അല്ലായിരുന്നുവെങ്കിൽ........"

പറഞ്ഞു തീരുംമുമ്പേ മുറ്റത്തേക്കൊരു ടാക്സി പാഞ്ഞുവന്നു നിന്നു.

ദേവികയും കുട്ടിയും വണ്ടിയിൽനിന്ന് മെല്ലെ ഇറങ്ങി. കുട്ടി അമ്മയുടെ തോളിൽക്കിടന്ന് ഉറങ്ങുകയായിരുന്നു.

"വന്നിട്ടധികം നേരമായോ?"

നട കയറുമ്പോൾ ദേവിക ജിത്തിനോട് ചോദിച്ചു.

"ഓ, ഇല്ല."

"ഹോസ്പിറ്റലിൽ പോയിരുന്നു. കുട്ടിയെ ഒന്നു കിടത്തട്ടെ."

അവൾ അകത്തേക്കു കയറി. തിരിച്ചു പുറത്തേക്കു കടന്നപ്പോൾ ജിത്ത് പറഞ്ഞു:

"റിഹേഴ്സൽ ഞായറാഴ്ച തന്നെ തുടങ്ങാം. വൈകീട്ട് ഏഴുമണിക്ക് മുമ്പേ എത്തണം."

"ആയിക്കോട്ടെ, വഴിയൊക്കെ......?"

"ആലുവായിൽ നിന്ന് പടിഞ്ഞാട്ടേക്കുള്ള ബസ്സിൽ കയറി നാലാം മൈൽ സ്റ്റോപ്പിൽ ഇറങ്ങി കിഴക്കോട്ടേക്ക് അല്പം നീങ്ങിയാൽ വലതു വശത്തായി ഞങ്ങളുടെ ക്ലബ്ബ് കാണാം. അവിടെയെത്തിയാൽ മതി. അമ്മയ്ക്കു വഴി നിശ്ചയമുണ്ട്. അവിടെ നാടകം കളിക്കാൻ വന്നിട്ടുണ്ട്. ഞങ്ങളാക്കഥ പറഞ്ഞുകൊണ്ടിരിക്കുകയായിരുന്നു. പരിസരമൊക്കെ ആകെ മാറിയെങ്കിലും റൂട്ടൊക്കെ അതുതന്നെ- കേട്ടോ ചേച്ചി."

അമ്മിണി തലയാട്ടി : "നിശ്ചയമുണ്ട്."

"പിന്നെ, അഡ്വാൻസ് തുക കൊണ്ടുവന്നിട്ടുണ്ട്. എത്രയാണെന്നു പറഞ്ഞാൽ........"

"അതെന്തു തന്നെയായാലും വിരോധമില്ല. ഒരുറപ്പിന്- അത്രമാത്രം." ദേവിക പ്രതിവചിച്ചു.

ജിത്ത് രണ്ടായിരത്തിന്റെ നോട്ടെടുത്തു നീട്ടിയിട്ട് എഴുന്നേറ്റു.

“എന്നാൽ ഞാനിറങ്ങട്ടെ- ഞായറാഴ്ച കാണാം.”

ജിത്ത് ഇറങ്ങി. നേരെ ആലുവയിലേക്കാണ് വണ്ടിവിട്ടത്. കിഷോറിനെ കാണണം. അവന്റെ സ്ഥാപനത്തിൽ ചെന്നാൽ കാണാൻ സാധിച്ചേക്കും.

നഗരത്തിന്റെ ഹൃദയഭാഗത്ത് വിമൻസ് കോളേജിനു സമീപത്തായി ‘ലേഡീസ് കോർണർ’ എന്ന ഓമനപ്പേരിട്ട് ഫാൻസി ഷോപ്പ് നടത്തുകയാണവൻ. വരുമാനസ്രോതസ്സ് എന്നതായിരുന്നില്ല ആത്യന്തികലക്ഷ്യം. തരുണീമണികളുടെ കടാക്ഷത്തിനും സല്ലപിക്കാനും ശൃംഗരിക്കാനുമുള്ള ഒരു വേദി.

വിനോദത്തിനുള്ള ഒരു വേദിയായിട്ടാണ് അവനീ തട്ടകം തെരഞ്ഞെടുത്തത്.

സമ്പന്നതയുടെ മടിത്തട്ടിലാണ് കിഷോർ ജനിച്ചുവളർന്നത്. ജ്യേഷ്ഠസഹോദരങ്ങൾ വിദേശത്ത് വ്യാപാരവുമായി ബന്ധപ്പെട്ട് പ്രവർത്തിക്കുന്നു. അവർക്കൊരു സഹായത്തിനായി കുഞ്ഞനുജനെ ഗൾഫിലേക്ക് ക്ഷണിച്ചതാണ്. എന്നാൽ കിഷോർ അത് പാടേ അവഗണിക്കുകയാണുണ്ടായത്. കാരണവും നിരത്തി: വർണ്ണശബളമായ ചിത്രശലഭങ്ങൾ വട്ടമിട്ട് പറക്കുന്ന ഈ പറുദീസ വിട്ട് കടൽ കയറാൻ ഞാനില്ല.

“നാളേം വരണം കേട്ടോ - പുതിയ ഐറ്റംസൊക്കെ എത്താനുണ്ട്.” ഷോപ്പിംഗ് കഴിഞ്ഞിറങ്ങുന്ന കോളേജ് കുമാരികളോട് കിഷോർ കിന്നരിക്കുന്നത് കേട്ടുകൊണ്ടാണ് ജിത്ത് കയറിച്ചെന്നത്.

അവനെ കണ്ടതോടെ ഹാർദ്ദവമായി ക്ഷണിച്ചുകൊണ്ട് കിഷോർ കസേര നൽകി. പിന്നെ കോഫി വരുത്തിച്ചു.

കുറേ നേരം സൗഹൃദസംഭാഷണം നടത്തിയശേഷം ജിത്ത് വന്ന കാര്യം ഉണർത്തിച്ചു. കിഷോറിന് സന്തോഷമാണുണ്ടായത്. റിഹേഴ്സലിന് ഞായറാഴ്ച വരാമെന്ന് ഉറപ്പ് നൽകുകയുണ്ടായി.

ജിത്തിന് സമാധാനമായി. പോകാനായി അവൻ എഴുന്നേറ്റു. ഇറങ്ങും മുമ്പ് ഒരുവട്ടം കൂടി ഓർമ്മിപ്പിച്ചു.

“നടി ഞായറാഴ്ച വരാമെന്നേറ്റിട്ടുണ്ട്. അവരോടൊപ്പം പിടിച്ചു നിൽക്കാൻ മറ്റുള്ളവരും എന്തെങ്കിലുമൊക്കെ കാട്ടിക്കൂട്ടേണ്ടേ? റിഹേഴ്സൽ നിത്യവും തുടരുന്നുണ്ടെങ്കിലും നാഥനില്ലാത്ത കളരിപോലെയാണത്. ഒന്നുകിൽ ഗുരുക്കളുടെ നെഞ്ചത്ത് അല്ലെങ്കിൽ കളരിക്കു പുറ

ത്ത്. പറ്റുമെങ്കിൽ നീ ഇന്നു തന്നെയിറങ്ങ്."

"ങാ നോക്കട്ടെ."

കിഷോറിന്റെ അഭിപ്രായം കേട്ട് ജിത്ത് മടങ്ങി.

8

ജിത്ത് നൽകിയ അഡ്വാൻസ് തുക കൈപ്പറ്റുമ്പോൾ ദേവികയുടെ കൈകൾ വിറപൂണ്ടിരുന്നു.

കലോപാസനയോട് യാത്ര ചോദിച്ച് പടിയിറങ്ങിയിട്ട് അഞ്ചുവർഷം പിന്നിട്ടിരിക്കുന്നു!

ഗുരുനാഥന്റെ ആകസ്മികമായ വേർപാട് കലയുടെ ചിറകുകളാണ് കരിച്ചുകളഞ്ഞത് - ഒപ്പം ജീവിതത്തിന്റെയും.

അന്ന് അഴിച്ചുവച്ചതാണ് കാലിൽ കെട്ടിയ നൂപുരം!

ജീവിതത്തിന്റെ താളവും ലയവും ഭാവിയുടെ അനശ്ചിതത്വത്തിന്റെ കാലടികളിൽ ഞെരിഞ്ഞമർന്നിരുന്നു.

മുന്നിൽ ഫണം വിടർത്തി ആടിക്കൊണ്ടിരുന്ന വൈതരണികൾ ഏറെ.

ഉണ്ണിക്കുട്ടനാണ് ഇന്നവളുടെ ദൗർബല്യം!

അവളുടെ ജീവന്റെ ജീവനും അവൻ തന്നെ. അതുകൊണ്ടു തന്നെയാണ് കുട്ടിയുടെ ആരോഗ്യസംരക്ഷണത്തിനായി രാപ്പകലില്ലാതെ കഷ്ടപ്പെടുന്നത്.

എന്നും താളത്തിലോടുന്ന തയ്യൽമെഷീന്റെ ചക്രങ്ങൾക്ക് യന്ത്രവേഗത കൊടുത്ത് തളർന്ന മനസ്സുമായി അവൾ ശക്തി ചേതത്തോടെ അതിൽ തന്നെ തല ചായ്ക്കുന്നു.

കടുത്ത വലിവും പനിയുമായിട്ടാണ് ഉണ്ണിക്കുട്ടനെ ഒരു ദിവസം ആശുപത്രിയിലേക്ക് കൊണ്ടുപോയത്. ഡോക്ടറുടെ വിദഗ്ധ പരിശോ

ധനയ്ക്കു ശേഷം രോഗം നിർണ്ണയിച്ചിരിക്കുന്നു! കുട്ടിയുടെ ഹൃദയ വാൽവിന് കാര്യമായ തകരാറുണ്ട്. ഓപ്പറേഷൻ വേണ്ടിവരും...!

ഞെട്ടിപ്പോയി കേട്ടപ്പോൾ. കാലിനു കീഴെ ഭൂമി ഉരുളുന്നതായി തോന്നി. ബോധശൂന്യയായി നിലംപതിച്ചില്ല, എന്നൊരോർമ്മമാത്രം.

"കുറച്ചു നാളത്തേക്ക് മരുന്നുകൊണ്ട് നിയന്ത്രിക്കാം." ഭിഷഗ്വരന്റെ ആശ്വസിപ്പിക്കുന്ന അഭിപ്രായം തളർച്ചയെ കുറച്ചുനേരത്തേക്കകറ്റി.

ഭാരിച്ച തുകയാണ് ഓപ്പറേഷനായി വേണ്ടിവരുന്നത്! എവിടെനിന്നുണ്ടാക്കും? - അതായിരുന്നു ആശങ്ക.

കലാസപര്യക്ക് തിരശ്ശീലയിട്ടതോടെയാണ് ഒരു തയ്യൽമെഷീൻ വാങ്ങാൻ നിർബന്ധിതയായത്. അതിൽ നിന്നുള്ള വരുമാനം കൊണ്ടാണ് ഉപജീവനം കഴിഞ്ഞുപോകുന്നത്.

അമ്മ സ്റ്റേജ് വിട്ടിട്ട് പത്തുവർഷമാകുന്നു. 'കലാകേന്ദ്ര'ത്തിലെ സ്ഥിരം നടിയായിരുന്നു അമ്മിണി. റിഹേഴ്സലിനു പോകുമ്പോൾ തന്നെയാണ് കൂട്ടിനു വിളിച്ചിരുന്നത്. കലാകേന്ദ്രത്തിലെ പതിവുകാരിയായതോടെ സംഘത്തിലെ എല്ലാവരുമായി ഇടപഴകാനും അവരുടെ സ്നേഹവാൽസല്യങ്ങൾ നുകരാനും കഴിഞ്ഞിരുന്നു. അവസരം ഒത്തുവന്നപ്പോൾ രണ്ടു നാടകങ്ങളിൽ ബാലനടിയായി പ്രത്യക്ഷപ്പെടാനും കഴിഞ്ഞു.

അന്ന് പതിനൊന്ന് വയസ്സേ പ്രായമുണ്ടായിരുന്നുള്ളൂ. നൃത്തകലയുടെ പ്രഥമ പദവിന്യാസത്തിന് തുടക്കം കുറിച്ചത് അവിടെനിന്നുമാണ്. ഗുരുനാഥൻ ശങ്കർജിയുടെ ശിക്ഷണത്തിൽ.

കലാക്ഷേത്രത്തിൽ ആദരണീയനായ ഒരു സ്ഥാനം ശങ്കർജിക്കുണ്ട്. നൃത്താധ്യാപനത്തിൽ തുടക്കം കുറിച്ച് പിന്നീട് രംഗപടങ്ങൾ ഒരുക്കുന്നതിലും സംഗീതം ആലപിക്കുന്നതിലും അദ്ദേഹത്തിന്റെ വൈഭവം വേറിട്ട് നിന്നിരുന്നു.

ദേവികയെ ആദ്യമാദ്യം കണ്ടുമുട്ടുമ്പോൾ ശങ്കർജിക്ക് അവളോട് തോന്നിയ വികാരം വാത്സല്യവും ഓമനത്തവും ആയിരുന്നു.

വള്ളിപ്പാവാടയും ഇറക്കമുള്ള ജാക്കറ്റും നെറ്റിയിൽ ചന്ദനക്കുറിയും ചുണ്ടിൽ മറിയാത്ത പുഞ്ചിരിയുമായി അമ്മയുടെ വിരൽത്തുമ്പിൽ നിന്നും പിടിവിടാതെ നാണം കുണുങ്ങിനിന്നിരുന്ന ബാലികയെ ശങ്കർജി കോരിയെടുത്ത് ഇക്കിളിപ്പെടുത്തിയിട്ടുണ്ട്. അദ്ദേഹത്തിന്റെ പ്രേരണയിലും സമ്മർദ്ദത്തിലുമാണ് അന്ന് നൃത്തം അഭ്യസിക്കാൻ മുതിർന്നത്. വർഷങ്ങളായുള്ള നിരന്തരപഠനങ്ങൾക്കു ശേഷം ഒരു സുദിനം മോഹി

നിയാട്ടത്തിലും ഭരതനാട്യത്തിലും അരങ്ങേറ്റം കുറിക്കുകയുണ്ടായി. പിന്നെ അവിടെ നിന്നങ്ങോട്ട് വിവിധ അരങ്ങുകളിലായി അവൾ നിറഞ്ഞാടി.

വിവാഹാലോചനകൾ വന്നു തുടങ്ങിയ കാലം!

തലക്കുറി രചിച്ച കണിയാർ പാപജാതകമെന്നു വിധിയെഴുതി. പരിഹാരമുണ്ട്. സമാന ജാതകക്കാരുമായുള്ള ബാന്ധവത്തിന് ദോഷമില്ല! പക്ഷേ ആളൊത്തു കിട്ടുക അപൂർവ്വവും.

പ്രായത്തിന്റെ ഇതളുകൾ കൊഴിഞ്ഞുതുടങ്ങി. മോഹത്തിന്റെ നാമ്പുകൾ കരിഞ്ഞു തുടങ്ങി.

"എന്താ, ഇങ്ങനെ തുടരാനാണോ ഭാവം?" കഥകളെല്ലാം അറിഞ്ഞിരുന്ന ശങ്കർജി സഹികെട്ടപ്പോൾ നീരസത്തോടെ തിരക്കി.

"അതാണ് വിധി. ജാതകം ഭേദിച്ച് കഴുത്തു നീട്ടിയെന്നാൽ മിന്നു കെട്ടുന്നവന് അകാലമൃത്യു."

"മണ്ണാങ്കട്ട! കുട്ടിക്ക് എന്നോടൊപ്പം ഒത്തുപോകാനാകുമോ?"

ഓർക്കാപ്പുറത്തെ വാചകം അവളെ സ്തബ്ധയാക്കി.

ഗുരുനാഥനെ പ്രാണനാഥനായി സ്വീകരിക്കുക! സ്വപ്നത്തിൽപ്പോലും വിചാരിച്ചിട്ടില്ലാത്ത കാര്യം. തന്റെ ദുർവ്വിധിയിൽ മനം നൊന്തിട്ടാണ് എന്നും അഭ്യുദയം മാത്രം കാംക്ഷിച്ചിട്ടുള്ള ശങ്കർജിയെ അങ്ങനെ ആവശ്യപ്പെടുവാൻ പ്രേരിപ്പിച്ചതെന്ന് അവൾക്കറിയാമായിരുന്നു. എന്നാൽ ഗുരുനാഥന്റെ അഭ്യർത്ഥന ഗുരുഭക്തിപൂർവം ദേവിക നിരസിച്ചു.

അറിഞ്ഞുകൊണ്ടൊരു ചതി ആരോടു ചെയ്താൽ പോലും അത് ആചാര്യനിർവിശേഷനായ ഗുരുനാഥനോടാകരുതല്ലോ!

ശങ്കർജി പിന്നെ ആലോചനയുമായി അവളെ സമീപിച്ചിരുന്നില്ല. ശേഷം അയാൾ അസ്വസ്ഥനും നിരാശനുമായി കാണപ്പെട്ടു. തുടർന്ന് അപകടം പിടിച്ച മദ്യസേവയിലേക്കും അവിടെ നിന്ന് ആത്മഹത്യാമുനമ്പിലേക്കും അയാൾ നടന്നുനീങ്ങി.

അത്തരമൊരു സന്ദർഭത്തിലാണ് ദേവികയ്ക്ക് തന്റെ നിശ്ചയ ദാർഢ്യത്തിൽ നിന്ന് വ്യതിചലിക്കേണ്ടതായി വന്നത്.

അങ്ങനെ, ഐശ്വര്യപ്രദായിനിയായ മൂർത്തിയെ സാക്ഷിനിർത്തി ദേവീക്ഷേത്ര സന്നിധിയിൽ വച്ച് ഗുരുനാഥൻ പ്രിയ ശിഷ്യയുടെ കഴു

ത്തിൽ മിന്നുകെട്ടി.

ശങ്കർജിക്ക് സ്വന്തമായി ഗൃഹമോ ബന്ധുബലമോ ഉണ്ടായിരുന്നില്ല. അയാൾ ദേവികയുടെ വസതിയിലെ നായകനായി – നാഥനായി.

മധുവിധു മാദകലഹരിയിൽ മുങ്ങിക്കുളിച്ച ദിനങ്ങൾ!

മോഹങ്ങളും സ്വപ്നങ്ങളും പകുത്ത് നൽകിക്കൊണ്ട് ശുഭരാത്രികൾ പൊയ്ക്കൊണ്ടേയിരുന്നു.

വസന്തത്തിന്റെ മലർപൊയ്കയിൽ നീന്തിത്തുടിച്ച് സ്വർഗ്ഗീയാനുഭൂതികൾ നുകർന്ന് കൊതിതീർന്നില്ലായിരുന്നു. അപ്പോഴാണ് നിയതി അതിന്റെ പ്രചണ്ഡവേഷം കെട്ടി സംഹാരതാണ്ഡവമാടിയത്.

കാറും കോളും നിറഞ്ഞ കറുത്ത സന്ധ്യയായിരുന്നു അന്ന്!

തിമർത്ത് പെയ്യുന്ന മഴ അന്തമില്ലാതെ നീളുന്നു!

അന്നത്തെ കലാവിരുന്നിന് പങ്കെടുക്കാനായി കലാക്ഷേത്രത്തിലേക്ക് പുറപ്പെടാൻ ഒരുങ്ങിനിൽക്കുകയായിരുന്നു ശങ്കർജി.

കലാപരിപാടി അവതരിപ്പിക്കേണ്ടയിടത്തേക്ക് കാതങ്ങൾ താണ്ടണം. കലാക്ഷേത്രം വരെ എത്തിപ്പെട്ടാൽ അവിടെ നിന്നും വാനിൽ പോകാമെന്ന ആശ്വാസമുണ്ട്. എന്നാലവിടം വരെ പോകാൻ..."

ഇടതടവില്ലാതെ പെയ്യുന്ന മഴ തുള്ളിക്കൊരുകുടം വച്ച്. മോട്ടോർസൈക്കിളിലെ സഞ്ചാരം ദുർഘടം. മറ്റൊരു വാഹനം ഏർപ്പാട് ചെയ്യാൻ ദേവിക പറഞ്ഞിരുന്നതാണ്.

സ്വീകാര്യമായി തോന്നിയില്ല. മഴ ഇടയ്ക്ക് മുറിഞ്ഞു. തക്കം നോക്കി ശങ്കർജി തന്റെ ടൂവീലറിൽ കയറി ഓടിച്ചുപോയി.

അത് അവസാനത്തെ യാത്രയായിരുന്നു!

ശങ്കർജിയുടെ തുന്നിക്കെട്ടിയ മൃതദേഹം പിറ്റേന്ന് വീട്ടുപടിക്കലെത്തുമ്പോഴാണ് ദേവിക കഥയറിയുന്നതും പകച്ചുപോയതും.

ധൃതിപിടിച്ച ഓട്ടത്തിനിടയിൽ എതിരെ വന്ന വാഹനം മോട്ടോർസൈക്കിൾ ഇടിച്ചു തെറിപ്പിക്കുകയായിരുന്നു. തൽക്ഷണം ആശുപത്രിയിലേക്കെടുത്തെങ്കിലും മരണം സംഭവിച്ചിരുന്നു.

ചേതനയറ്റു കിടക്കുന്ന തന്റെ നാഥന്റെ മുഖത്തേക്ക് ദേവിക ഒന്നേ നോക്കിയുള്ളൂ- അവൾ മോഹാലസ്യപ്പെട്ട് വീണു.

തുടർന്നുള്ള നാളുകൾ കണ്ണീർക്കയത്തിൽ കഴിച്ചുകൂട്ടി. അന്ന് എട്ടു മാസം ഗർഭിണിയായിരുന്നു അവൾ.

ആ സംഭവത്തിനുശേഷം പിന്നെ ചിലങ്ക കാലിൽ കെട്ടുകയോ മുഖത്ത് ചായമിടുകയോ ഉണ്ടായിട്ടില്ല.

അന്ന് ശങ്കർജിയുടെ ചിതാഭസ്മത്തോടൊപ്പം തന്റെ കലോപാസനയും നിമജ്ജനം ചെയ്തതാണ്.

പക്ഷേ, ഇന്ന് തിരിച്ചുവരേണ്ട ധർമ്മസങ്കടത്തിലാണ്. ഉണ്ണിക്കുട്ടന്റെ രോഗശാന്തിക്ക് ധനം സ്വരൂപിക്കേണ്ടതുണ്ട്. അല്പസ്വല്പം നീക്കിയിരിപ്പുണ്ട്. പിന്നെ ചിട്ടി പിടിച്ചെടുത്ത പണവും കിട്ടാനുണ്ട്. അതുകൊണ്ടൊന്നും പറഞ്ഞു വച്ച തുക മതിയാവുന്നില്ല. പോരാത്തത് വേറെ ഏത് വഴിയിലൂടെ കണ്ടെത്തുമെന്ന് തല പുകച്ചിരിക്കുമ്പോഴാണ് അമ്മിണി അകത്തേക്ക് കയറിവന്നത്.

"നീ ഇതുംകൊണ്ട് ഇരിക്കുകയാണോ? റെഡിയാകാൻ നോക്ക്. വണ്ടി നേരെ ചൊവ്വേ കിട്ടിയില്ലെങ്കിൽ എത്താൻ വൈകും. അമ്മിണി മകളെ ഓർമ്മിപ്പിച്ചു.

ഒരു ബ്ലൗസിന് ഹുക്ക് വയ്ക്കുകയായിരുന്നു ദേവിക. ഓർമ്മകൾ ഭൂതകാലത്തെ നക്കിത്തുടയ്ക്കുന്നതിനിടയിൽ സമയസൂചിക ഓട്ടപ്രദക്ഷിണം നടത്തുന്നത് അവളറിഞ്ഞിരുന്നില്ല.

"ഉണ്ണിക്കുട്ടനെ വിളിച്ചുകൊണ്ടുവാ അമ്മേ..."

"അവനവിടെ നിൽക്കട്ടെടി... ചെക്കനേം കൊണ്ടുപോയാൽ അവർക്ക് വല്ല ബുദ്ധിമുട്ടും തോന്നിയാലോ.... പോരെങ്കിൽ വണ്ടിയാത്രയും അവന് പറ്റിയതല്ല." അമ്മിണി റിഹേഴ്സലിന് പോകാനായി ഒരുക്കം കൂട്ടി. അമ്മയുടെ അഭിപ്രായം ദേവികയെ തൃപ്തിപ്പെടുത്തിയില്ല. കുട്ടിയെ കൊണ്ടുപോകുമ്പോഴുണ്ടാകുന്ന അസൗകര്യത്തിലും അവൾ വിഷമിച്ചു.

ഉണ്ണിക്കുട്ടൻ തൊട്ടപ്പുറത്ത് വിമലചിറ്റയുടെ വീട്ടിലാണ് ഇപ്പോഴുള്ളത്. ചിറ്റയുടെ മകന്റെ കുട്ടികൾ ഉണ്ണിക്കുട്ടന്റെ പ്രായക്കാരാണ്. അവരോടുള്ള ചങ്ങാത്തവും കളികളുമായിട്ട് സദാ അവൻ അവിടെ തന്നെയാണ്. എങ്കിലും രാത്രി വീടുമാറി കിടന്നിട്ടില്ല.

അവനെ ഇവിടെ നിർത്തിയിട്ടുപോയാൽ രാത്രിയാകുമ്പം അമ്മയെകണ്ടില്ലെങ്കിൽ ബഹളമുണ്ടാക്കില്ലേ? ദേവിക ആശങ്കയോടെ അമ്മിണിയോടാരാഞ്ഞു.

"അവൻ കുഞ്ഞുകുട്ടിയൊന്നുമല്ലല്ലോ- നാലു വയസ്സുതികഞ്ഞില്ലേ. കാര്യം പറഞ്ഞാൽ മനസ്സിലാകും. മാത്രമല്ല, കൂട്ടുകാരോടൊത്ത്

കിടക്കാനാ അവനു പ്രിയം. ”

അമ്മ സമാധാനിപ്പിച്ചിട്ടും ശങ്ക ബാക്കിയായി. അവൾ ചിറ്റയുടെ വസതിയിൽ ചെന്ന് ഉണ്ണിക്കുട്ടനെ കണ്ട് അനുനയത്തിൽ കാര്യങ്ങൾ പറഞ്ഞു ബോധ്യപ്പെടുത്തുകയും കരയാതെയും തമ്മിൽത്തല്ല് കൂടാതെയും കഴിയണമെന്നുപദേശിച്ചും ചിറ്റമ്മയോട് പ്രത്യേകം നോക്കിക്കോണമെന്ന് അറിയിച്ചിട്ടുമാണ് മടങ്ങിയത്.

നാലാം മൈലിലേക്ക് റിഹേഴ്സലിനായി സന്ധ്യയ്ക്കു മുമ്പായി അമ്മയും മകളും പുറപ്പെട്ടു.

9

ലൈൻബസ് നാലാംമൈൽ സ്റ്റോപ്പിൽ നിർത്തിയപ്പോൾ അമ്മിണിയുടെ കൂടെ ദേവികയും ഇറങ്ങി.

ദേവിക സ്ഥലം ആദ്യമായിട്ട് കാണുകയായിരുന്നു. അവൾ പരിസരം ഒന്ന് കണ്ണോടിച്ചു.

നാടകത്തിനു ക്ഷണിക്കാൻ വന്ന ചെറുപ്പക്കാരൻ സമീപത്തെങ്ങാനും നിൽപ്പുണ്ടോന്നറിയാനായി അമ്മിണിയുടെ ദൃഷ്ടി നാലുപാടും സഞ്ചാരം നടത്തി.

ജിത്തിനെ കണ്ടില്ല. എന്നാൽ, കവലയിൽ കൂടിനിന്നവരുടെ തുറിച്ചുനോട്ടം തങ്ങളെ കൊത്തിവലിക്കുന്നത് കണ്ടു. അതവഗണിച്ച് അമ്മയും മകളും വന്ന വഴിയെ കിഴക്കോട്ട് നടന്നു. ഏതാനും ചുവടുവച്ചാൽ നാണുനായരുടെ ചായക്കടയിൽ ചെന്നുപറ്റാം. നാടക ക്യാമ്പ് അതിനടുത്താണെന്നാണ് പറഞ്ഞിട്ടുള്ളത്.

അന്നേരം പിറ്റേ ദിവസത്തേക്കുള്ള പലവ്യഞ്ജനങ്ങൾ സംഘടിപ്പിക്കാൻ സഞ്ചിയും കക്ഷത്തിൽ മടക്കി വച്ച് പുറത്തേക്കിറങ്ങുകയായിരുന്നു നാണുനായർ. ഈ സമയം കടയ്ക്കു മുന്നിൽ ശങ്കിച്ചു നിൽക്കുന്ന അമ്മിണിയെയും മകളെയും കണ്ട് നായര് ഒരു നിമിഷം ചിന്തയെ കൂട്ടുപിടിച്ചു. ഭൂതകാലത്തിന്റെ ദർപ്പണത്തിൽ മുന്നിൽ നിൽക്കുന്ന മുഖം പ്രതിബിംബിച്ചതോടെ അയാളുടെ നയനങ്ങൾ വികസിച്ചു.

“അല്ലേ, ആരാണിതപ്പാ! വിഷക്കാറ്റിലെ നായികയോ? നായർ ചോദിച്ചു. അമ്മിണിക്കും നായരെ തിരിച്ചറിയാൻ പെട്ടെന്ന് കഴിഞ്ഞില്ല. സംശയം അകന്നതോടെ അയാളെ സാകൂതം നോക്കിനിന്നു.

"എന്നെ മനസ്സിലായില്ലേ അമ്മിണിയമ്മേ? ഞാൻ ഡോക്ടർ ചെറിയാൻ, അഥവാ, പഴേ നാണുനായര്."

"മനസ്സിലായി നാണുനായരെ. ആളാകപ്പാടെ തടിച്ചൊന്നു കൊഴുത്തിട്ടുണ്ട്. എങ്കിലും ഈ കൊമ്പൻ മീശയ്ക്ക് നരകയറിയതല്ലാതെ ഇന്നും അതേ രൂപം!"

"വാ, വന്ന കാലേൽ നിൽക്കാതെ രണ്ടുപേരും അകത്തേക്ക് കയറ്."

നായരുടെ പുറകെ അമ്മയും മകളും അകത്തേക്ക് കയറി ഒരു ബെഞ്ചിൽ ഇരിപ്പുറപ്പിച്ചു.

"ഇന്ന് റിഹേഴ്സലാരംഭിക്കുകയാണല്ലേ? വിവരങ്ങളൊക്കെ ഞാനറിഞ്ഞു. ങാ നടക്കട്ടെ."

നാണുനായർ സഞ്ചി അലക്ഷ്യമായി മേശപ്പുറത്തേക്കിട്ട് സ്റ്റൗ കത്തിക്കാനൊരുങ്ങി. വൈകുന്നേരത്തെ കച്ചവടം ഏതാണ്ട് ഈ നേരത്തോടെ നിലയ്ക്കും. അതിനാൽ സമോവറിൽ വെള്ളമൊഴിക്കാൻ കൂട്ടാക്കിയില്ല. അലമാരയിൽ പത്തിരിയും പഴംപൊരിയും സവാളവടയും ശേഷിച്ചിരിപ്പുണ്ടായിരുന്നു. നായര് അതെല്ലാം വാരിയെടുത്ത് ഒരു പ്ലേറ്റിലാക്കി അവരുടെ മുന്നിൽ കൊണ്ടുവന്ന് വച്ചു.

"ഇത് കഴിച്ചിരിക്ക്; ചായ ഇപ്പയെടുക്കാം." നായര് ക്ഷമാപണം പോലെ പറഞ്ഞിട്ട് ദേവികയുടെ നേർക്ക് നോട്ടമയച്ചു. സംശയനിവാരണാർത്ഥം അമ്മിണിയോട് ചോദിക്കുകയുണ്ടായി. "മകളാണല്ലേ?... ഞാൻ കണ്ടിട്ടില്ല."

അതെങ്ങനെ കാണും നായരെ, അന്നു ഞാൻ വിവാഹിതയായിരുന്നോ?" അമ്മിണി ഒരു കുസൃതിയെറിഞ്ഞു.

വൈകാതെ ചായ രണ്ടു ഗ്ലാസ്സിൽ പകർത്തി ഇരുവർക്കും മദ്ധ്യേ വച്ചിട്ട് നാണുനായർ കസേര പൊക്കി സമീപത്തിരുന്നു. പിന്നെ വിശേഷങ്ങളുടെ കെട്ടഴിക്കലായി. ഇരുവരും പൂർവ്വകാലകഥകൾ അയവിറക്കിയും വർത്തമാനകാല വിശേഷങ്ങൾ ഉരുവിട്ടും സംസാരം അഭംഗുരം തുടർന്നുകൊണ്ടിരുന്നു. പോകാൻ നേരം അമ്മിണി എഴുന്നേറ്റ് ഹാൻഡ് ബാഗ് തുറന്ന് പണമെടുത്ത് നായർക്കു നേരെ നീട്ടി.

"ഇതാ ഇപ്പം നന്നായെ! ഈ കാശ് ഞാൻ വാങ്ങിയാല് നമ്മള് തമ്മില് എന്താ ബന്ധം അമ്മിണിയമ്മേ?" നാണുനായർ ആ പണം നിഷേധിച്ചു. പണം വാങ്ങില്ലെന്ന് അമ്മിണിക്കറിയാമായിരുന്നു. എങ്കിലും നീട്ടിയത് മര്യാദ ലംഘിക്കാതിരിക്കാനായിരുന്നു.

ഇരുവരും പടിയിറങ്ങി നടന്നു. നായര് ഒപ്പമിറങ്ങി ദൂരേക്ക് വിരൽ ചൂണ്ടി കെട്ടിടം കാണിച്ചുകൊടുത്തു.

“നിങ്ങൾക്ക് പോകേണ്ടത് അവിടേക്കാണ്, ഞാനും കൂടി വരണോ?”

“വേണ്ട നായരെ, ഞങ്ങളു പൊയ്ക്കാള്ളാം. ”

അമ്മയും മകളും മെല്ലെ നടന്നു.

അതൊരു ഇരുനില കെട്ടിടമായിരുന്നു. “യുവചേതന ആർട്സ് ആൻഡ് സ്പോർട്സ് ക്ലബ്ബ്” എന്നെഴുതിയ ബോർഡ് മുകളിലായി തൂങ്ങിക്കിടപ്പുണ്ട്. കെട്ടിടത്തിന്റെ താഴെ നിന്ന് അമ്മിണി മുകളിലേക്ക് നോക്കി. ആരെയും പുറത്തേക്കു കണ്ടില്ല. അകത്തു നിന്നും ഒച്ചയും ആർപ്പുവിളിയും കേൾക്കുന്നുണ്ട്. അമ്മയും മകളും ഗോവണിപ്പടി കയറി ഇടനാഴിയിലൂടെ നടന്ന് വാതിൽക്കൽ ചെന്ന് നിന്നു.

മുറിക്കുള്ളിൽ അഞ്ചാറുപേർ കൂടിനിൽപ്പുണ്ട്. നാലുപേർ ചേർന്ന് കാരംബോർഡ് കളിക്കുകയാണ്. അതിന്റെ വിജയാഹ്ലാദവും ആരവവുമാണ് അരങ്ങേറിയത്.

അതിഥികളെ ഓർക്കാപ്പുറത്ത് കണ്ടതോടെ ശബ്ദമുഖരിതമായിരുന്ന അന്തരീക്ഷം പൊടുന്നനെ ശാന്തമായി.

ഗോപു അമ്മിണിയെയും ദേവികയെയും സ്വാഗതം ചെയ്ത് ഉപചരിച്ചിരുത്തി.

ജിത്ത് ഈ സമയം ക്യാമ്പിൽ ഉണ്ടായിരുന്നില്ല.

അവൻ തന്റെ മുറിയിലിരുന്ന്, സ്ത്രീ കഥാപാത്രം പ്രത്യക്ഷപ്പെടുന്ന സീനുകളിലെ സംഭാഷണങ്ങൾ പ്രത്യേകം എഴുതി തയ്യാറാക്കുകയായിരുന്നു അപ്പോൾ. നടിക്കു സമയം കിട്ടുമ്പോൾ ഡയലോഗുകൾ ഹൃദിസ്ഥമാക്കാൻ വേണ്ടിയായിരുന്നു അത്.

ഉച്ചത്തീറ്റ കഴിഞ്ഞപ്പോൾ എഴുതാനിരുന്നതാണ്. അതിനിടയിൽ മാർക്കറ്റിൽ പോയി കുറച്ചു സമയം അപഹരിക്കേണ്ടതായി വന്നു.

നടിക്കും കൂടെ വരുന്നവർക്കും ഭക്ഷണം ഒരുക്കേണ്ടതുണ്ട്. അത് കാര്യമായിട്ട് വേണമെന്ന് അമ്മയോട് പറയുകയുണ്ടായി. ഇവിടെ ആടിനേം കോഴിയെയും വളർത്തുന്നില്ലെന്ന അമ്മയുടെ പരിദേവനം കേട്ടിട്ടാണ് മാർക്കറ്റിലേക്കോടിയത്. ചിക്കനും പുറമെ അവശ്യം വേണ്ടുന്നതും വേണ്ടാത്തതുമായ മലക്കറികളും ഫിഷ് മാർക്കറ്റിൽ ചെന്ന് മുഴുത്ത കരിമീനും പുഴഞണ്ടും വാങ്ങി അമ്മയെ ഏല്പിച്ചതിനു ശേഷമാണ് വീണ്ടും എഴുതി പൂർത്തിയാക്കാനിരുന്നത്.

“ഭക്ഷണമൊക്ക പാകമായിരിക്കണ്, വരാമെന്ന് പറഞ്ഞവരെ കണ്ടി ല്ലല്ലോ?” ഗോമതിയമ്മ ആരാഞ്ഞു.

“അവരിങ്ങോട്ടൊന്നും വരില്ല. അമ്മ മൂന്നുപേർക്ക് പായ്ക്കു ചെയ്തെടുത്താൽ മതി. അത് ഇപ്പോൾ വേണ്ടതാനും.” ജിത്ത് അറി യിച്ചു.

പൊതിഞ്ഞുകെട്ടലൊക്കെ എടങ്ങേറ് പിടിച്ച പണിയാ- ഇല വെട്ടി യെടുക്കണം, അത് വാട്ടിയെടുക്കണം, മാത്രമല്ല പൊതിഞ്ഞെടുക്കാനും മറ്റും എനിക്ക് വശമില്ല. തന്നെയുമല്ല മത്സ്യക്കറിയും ഇറച്ചിക്കറിയു മൊക്കെ ചോറിനുമീതെ കോരിയൊഴിച്ചാലെങ്ങനെയാ? എങ്കീ പിന്നെ എല്ലാം കൂടി ഒരുമിച്ചിട്ട് വേവിച്ചാൽ പോരായിരുന്നോ! നീ പോയി അവ രോട് ഇങ്ങോട്ടേക്ക് വരാൻ പറയ്.

“അത് വേണോ! പപ്പയുടെ അഭിപ്രായമറിയാതെങ്ങനെയാ?” ജിത്ത് ചിരിച്ചുകൊണ്ട് അമ്മയുടെ നേർക്ക് നോക്കി.

അതിന് അഭിപ്രായമറിയാനെന്തിരിക്കുന്നു! എന്തായാലും മറിച്ചൊ രഭിപ്രായം കാണില്ല. പോരെങ്കിൽ അതിഥികളെ സ്വീകരിക്കാനും സത്ക രിക്കാനും നിന്നെക്കാൾ കമ്പം പപ്പയ്ക്കു തന്നെയാണ്.

“വേണ്ടമ്മേ.... അറിഞ്ഞുകൊണ്ട് കുടുംബം കലക്കാൻ ഞാനില്ല”

ജിത്തിന്റെ ചുണ്ടിൽ ചിരി ഊറുന്നുണ്ടായിരുന്നു. അവൻ അങ്ങനെ പറഞ്ഞത് കാര്യഗൗരവത്തോടെയായിരുന്നില്ല. എന്നാലത് ഗോമതിയ മ്മയുടെ നെഞ്ചിൽ തട്ടി. അവർ ഉദ്വിഗ്നയായി: “കുടുംബം കലക്കാനോ? എന്താണുണ്ടായത് ?”

“അതൊക്കെ വന്നിട്ടു വിസ്തരിക്കാം. ഞാൻ പോയി നടി എത്തി യിട്ടുണ്ടോന്ന് നോക്കിയിട്ട് വരാം.”

ജിത്ത് ഇറങ്ങുന്ന നേരം അമ്മയുടെ മുഖത്തേക്ക് ഒരു വട്ടം നോക്കി. അവർ അങ്കലാപ്പോടെ നിൽക്കുകയായിരുന്നു. അവൻ ഒന്നു ചിരിച്ചിട്ട് തോളിൽ തട്ടി സമാധാനിപ്പിച്ചു:

“പേടിക്കുകയൊന്നും വേണ്ട.”

ജിത്ത് ക്ലബ്ബിലെത്തുമ്പോൾ മുറിച്ചുവച്ച ചക്കപ്പഴത്തിനു ചുറ്റും ഈച്ചയാർക്കുന്നതുപോലെ അവിടെ സന്നിഹിതരായിരുന്നവർ നടിക്കു ചുറ്റും പൊതിഞ്ഞു നിൽക്കുന്നത് കണ്ടു.

ഗോപു തന്റെ വീരസാഹസിക കഥകൾ പറഞ്ഞ് നടിയേയും അമ്മ യെയും ബോധം കെടുത്തുകയാണ്.

“നിങ്ങളെപ്പോഴെത്തി?” ജിത്ത് ദേവികയെ കണ്ട് കുശലം ചോദിച്ചു.

“കുറച്ചു നേരമായി.” അവൾ പറഞ്ഞു.

“ യാത്രയ്ക്കു അസൗകര്യം വല്ലതുമുണ്ടായോ?”

“ഇല്ല ടൗണിൽ വന്നിറങ്ങിയ ഉടനെ വണ്ടി കിട്ടി. ” അമ്മിണിയാണ് പ്രതിവചിച്ചത്.

ഇഷ്ടൻ എവിടെപ്പോയി കിടക്കുകയായിരുന്നു ഇത്രനേരം- റിഹേഴ്സല് തുടങ്ങേണ്ടേ?

ഗോപു ജിത്തിന്റെ നേർക്ക് കയർത്തു.

‘‘കിഷോറിനെ കണ്ടില്ലല്ലോ. ഏതായാലും അവനും കൂടി വന്നോട്ടെ.”

“വരുമെന്നുറപ്പാണോ? എന്നാലൊന്ന് വിളിച്ചു ചോദിക്ക്” ഗോപു അഭിപ്രായപ്പെട്ടു.

ജിത്ത് സെൽഫോണിലൂടെ കിഷോറുമായി ബന്ധപ്പെട്ടു. അരമണിക്കൂറിനകം എത്തിക്കോളാമെന്നായിരുന്നു കിഷോറിന്റെ പ്രതികരണം.

“അവൻ ഷോപ്പടച്ചിട്ടില്ല. അരമണിക്കൂറിനകം എത്തും. നിങ്ങള് തുടങ്ങിക്കോളാൻ പറഞ്ഞു. ഏതായാലും നേരം ഇത്രയായില്ലേ- ഇനി ശാപ്പാട് കഴിച്ചിട്ട് സ്റ്റാർട്ട് ചെയ്യാം. അപ്പോഴേക്കും അവനെത്തും.” ജിത്ത് പറഞ്ഞിട്ട് അമ്മിണിയുടെയും ദേവികയുടെയും നേർക്ക് തിരിഞ്ഞു.

“ചോറ് ഇങ്ങോട്ട് എടുക്കണോ - അതോ വീട്ടിലേക്ക് പോരുന്നോ?”

“ഇങ്ങോട്ടേക്ക് കൊണ്ടുവന്നാ മതി. വീട്ടിലേക്ക് അടുത്ത പ്രാവശ്യം വരുമ്പോൾ കയറാം. ”അമ്മിണി അറിയിച്ചു.

“ഭക്ഷണം കഴിക്കാനുള്ളവരൊക്കെ പോയി കഴിച്ചിട്ടു വാ. വെക്കം എത്തണം.” എല്ലാവരോടുമായി ജിത്ത് വിളിച്ചു പറഞ്ഞിട്ട് ദേവികയെ സമീപിച്ച് സ്ക്രിപ്റ്റ് എടുത്തു നീട്ടി.

“നാടകത്തെക്കുറിച്ചു ധാരണയൊന്നുമില്ലല്ലോ?

ചോറുമായി വരുന്നതുവരെ ഇത് വായിച്ചിരിക്ക്.”

പിന്നെ ഗോപുവിനെ വിളിച്ചു: “വാടാ, നമുക്കിറങ്ങാം.”

10

ജിത്തും ഗോപുവും ബൈക്കിലാണ് വീട്ടിലെത്തിയത്.

ഗോപു അകത്തേക്ക് കയറിയതും വിളിച്ചുപറഞ്ഞു:

"വല്ലൂ, ഞങ്ങളെത്തിയിട്ടുണ്ട്; ചോറു വിളമ്പിക്കോ."

"കറി അടുപ്പത്തേക്കു കയറ്റിയതേയുള്ളൂ. രാമായണം അവിടെയിരുപ്പുണ്ട്, പോയി സന്ധ്യാനാമം ജപിക്ക്. ആവുമ്പോ വിളിക്കാം." ഷൈനിയാണ് അന്നേരം പ്രതികരിച്ചത്.

"പോട്ട് മോളെ, കരിമീൻ പൊരിച്ചതിന്റെ മണം ഏഴയലത്തുനിന്ന് കേട്ടിട്ടാ ഞങ്ങൾ വരുന്നത്."

"ഓഹാ, അത്രയ്ക്ക് ശബ്ദമുണ്ടായിരുന്നോ..... എന്നിട്ട് ഞാൻ കേട്ടില്ലല്ലോ." അവൾ പരിഹസിച്ചു.

"മോള് കിന്നരിക്കാൻ നില്ക്കാതെ പോയി പ്ലേറ്റുകളൊക്കെയെടുത്ത് വിരിക്കാൻ നോക്ക്. പോയിട്ട് റിഹേഴ്സൽ കൂടാനുള്ളതാ."

"റിഹേഴ്സൽ കാണാൻ ഞാനും വരുന്നുണ്ട്. നിന്റെയൊക്കെ മുട്ടുകാൽ കൂട്ടിയിടിക്കുന്നതും ചമ്മലുമൊക്കെ കണ്ടിരിക്കാമല്ലോ."

"ഞങ്ങൾ ഊണുകഴിഞ്ഞ് പോകേണ്. നീ പണിയൊക്കെ തീർത്ത് പതുക്കെ പോരെ."

ജിത്ത് ഇടപെട്ടു. " വേണ്ട പെണ്ണുങ്ങളൊന്നും രാത്രിയിൽ തുള്ളാൻ നിൽക്കേണ്ട. അവിടെ നിന്നുതിരിയാനിടമില്ല. കാണണമെന്നുണ്ടെങ്കിൽ ഫൈനൽ റിഹേഴ്സിനാകാം."

ഷൈനിയുടെ മുഖം താണു. ഏട്ടന്റെ വിലക്ക് അവളെ ചൊടിപ്പി

ച്ചു. അതിന്റെ ചൊരുക്ക് തീർക്കാൻ ഊണിനിരുന്നപ്പോൾ അവൾ ഗോപു വിനോടായി പറഞ്ഞു:

"കഥാകൃത്തുക്കൾ തന്റെ സൃഷ്ടി ആദ്യം വായിക്കാൻ കൊടുക്കുന്നത് സാധാരണയായി സാഹിത്യത്തിൽ അഭിരുചിയുള്ളവർക്കോ, നിരൂപകർക്കോ, അതുമല്ലെങ്കിൽ വായനയിൽ താൽപ്പര്യമുള്ളവർക്കോ മറ്റോ ആയിരിക്കും. എന്നാൽ ഒരു നവ എഴുത്തുകാരൻ തന്റെ സാഹിത്യസൃഷ്ടിയുമായി സമീപിച്ചത്, വായനയിൽ അശ്ലേഷം പോലും കഴമ്പില്ലാത്ത എങ്ങാണ്ടു കിടക്കുന്ന തൊലിവെളുപ്പുള്ള ഒരു പെൺകൊടിയെയാണ്. ഇപ്പോൾ അവളുടെ അഭിപ്രായമറിയാൻ വായിച്ചുകഴിഞ്ഞോ - "കഴിഞ്ഞോന്നും ചോദിച്ചുകൊണ്ട് എന്നും പിന്നാലെ നടപ്പാണ്. നവ എഴുത്തുകാരൻ ആരെന്ന് ഞാൻ പറയുന്നില്ല. അതു വഴിയെ മനസ്സിലായിക്കൊള്ളും."

"എന്ത് മനസ്സിലാക്കാൻ. അത് നമ്മുടെ ജിത്തേട്ടനല്ലേ." ഗോപു അതും പറഞ്ഞ് ഊറിയൂറി ചിരിച്ചുകൊണ്ട് കൂട്ടിച്ചേർത്തു: "ഇതിൽ അതിശയിക്കാനെന്തിരിക്കുന്നു. സ്വഭാവം നന്നായി എനിക്കല്ലേ അറിയൂ. സാരി ചുറ്റിയ പ്രതിമയ്ക്കു പോലും ചിലപ്പോൾ വായിക്കാൻ കൊടുത്തെന്നിരിക്കും." ഗോപു പൊട്ടിച്ചിരിച്ചു.

ജിത്തിന് ദേഷ്യം ഇരച്ചുകയറി. അവൻ ആക്രോശിച്ചു:

"ഇളിക്കാതെ ഏറ്റ് പോടാ."

ഈ നേരം പ്രഭാകരൻപിള്ള ഊണുമുറിയിലേക്ക് കടന്നുവന്നു. മേശപ്പുറത്തു നിരന്ന വിഭവങ്ങളിൽ കണ്ണുടക്കി നിന്നു. വെള്ളം നിറച്ച ജാറുമായി കടന്നുവന്ന ഗോമതിയമ്മ പിള്ളയോട് പറഞ്ഞു !

"ഇരിക്കാമല്ലോ."

"പിന്നെയാവട്ടെ, ഇവരെന്താ ഇത്ര നേരത്തെ? " പിള്ള തിരക്കി.

"റിഹേഴ്സലുണ്ട് വല്ല്യച്ഛാ. നടിയും അമ്മയും എത്തീട്ടുണ്ട്. അവർക്ക് ചോറു കൊണ്ടുപോകണം. വല്ല്യച്ഛൻ പോരുന്നോ റിഹേഴ്സൽ കാണാൻ? നിർദേശങ്ങളൊക്കെ ആകാം. ഒന്നില്ലേൽ പഴേ കലാകാരനല്ലേ?"

"ഓ, ഉറക്കം നില്ക്കാൻ നിങ്ങളുടെ പ്രായമൊന്നുമല്ല."

"നടി എവിടത്തുകാരിയാ?" ഷൈനി ചോദിച്ചു.

"ചൊവ്വരയുള്ളതാ." പിള്ളയുടെ നേർക്ക് തിരിഞ്ഞു ഗോപു തട്ടിവിട്ടു.

"വല്ല്യച്ഛൻ അറിയുമായിരിക്കും. പേരുകേട്ട പഴയ നാടകനടി അമ്മിണിയെ? അവരുടെ മകളാ..." അതും പറഞ്ഞ് അവൻ കുസൃതിച്ചിരിയോടെ പിള്ളയുടെ നേർക്കുനോക്കി. അമ്മിണി പറഞ്ഞ പിള്ളയുടെ കഥ ജിത്ത് ഗോപുവിന് കൈമാറിയിരുന്നു. കിട്ടിയ അവസരം പാഴാക്കാതെ വല്ല്യച്ഛനിട്ടൊന്നു കൊടുക്കാനായിരുന്നു അവന്റെ ഉദ്ദേശ്യം. ഗോപു തുടർന്നു:

ഈ ചൊവ്വര അമ്മിണി നാടകത്തിലഭിനയിക്കാനായിട്ട് മുപ്പത് വർഷംമുമ്പ് നമ്മുടെ നാലാം മൈലില് വന്നിരുന്നു. വല്ലുവും കൂടി കേട്ടോളണം. അന്ന് റിഹേഴ്സലിന് എത്തിയ നടിയോട് നായകനടന് ചെറിയൊരു അനുരാഗം. നാടകം സ്റ്റേജിലെത്തും മുമ്പേ ആ അനുരാഗം വളർന്നു പൂത്തുലഞ്ഞു. പക്ഷേ അത് വൺവേ ട്രാഫിക്കായിരുന്നു. അവസാന റിഹേഴ്സൽ നാളുകളിൽ പ്രേമനായകൻ നടിയോട് പ്രണയം തുറന്നുപറയുകയും ഒളിച്ചോടാമെന്ന് അഭ്യർത്ഥിക്കുകയുമുണ്ടായി. നടിക്കു പക്ഷേ സമ്മതമല്ലായിരുന്നു. കലാകാരിയുടെ കല്ല്യാണം ഉറപ്പിച്ചുവച്ചിരിക്കുന്ന സമയമായിരുന്നു. അവർ പ്രണയാഭ്യർത്ഥന നിഷ്കരുണം തള്ളി. അങ്ങനെ നിരാശനായ താരകാമുകൻ കുറെ നാൾ കടാപ്പുറത്ത് ശോകഗാനം പാടി നടന്നു."

അത്രയും പറഞ്ഞ് നിർത്തി ഗോപു പ്രഭാകരൻപിള്ളയെ ഒളികണ്ണിട്ട് നോക്കി. പിള്ള നിന്നിരുന്ന ഇടം ശൂന്യം. ആൾ മായപോലെ അപ്രത്യക്ഷനായിരിക്കുന്നു!

ഷൈനി സംശയനിവൃത്തിക്കായി ഗോപുവിനോട് ആരാഞ്ഞു.

"ആരാ ആശാഭംഗത്തിനിരയായ ആ കലാകാരൻ?"

മറുപടി ഗോമതിയമ്മയിൽ നിന്നുമാണുണ്ടായത്: "നിന്റെ പപ്പ അല്ലാതാര്?"

ഷൈനിയുടെ സന്ദേഹത്തിന് ഗോപുവിൽ നിന്ന് പ്രതീക്ഷിക്കാവുന്ന മറുപടി അമ്മയെ നടുക്കുമോയെന്ന് ജിത്ത് ഭയപ്പെട്ടിരുന്നു. എന്നാൽ ഷൈനിക്കു ലഭിച്ച ഉത്തരം ഗോമതിയമ്മയിൽ നിന്നും കേൾക്കാനിടവന്നപ്പോൾ സത്യത്തിൽ നടുങ്ങിയത് ജിത്തായിരുന്നു.

ആഹാരം കഴിഞ്ഞെഴുന്നേറ്റ ജിത്ത് ദേവികയ്ക്കും അമ്മിണിക്കും കിഷോറിനുമുള്ള ഭക്ഷണം സഞ്ചിയിലാക്കി പുറത്തേക്കിറങ്ങി. ഗോപു പുറകെയുണ്ടാവുമെന്നാണ് കരുതിയത്. അവനെ കണ്ടതില്ല. തെല്ലു നേരം കൂടി നിന്നിട്ട് കാണാതെ വന്നപ്പോൾ ജിത്ത് വിളിച്ചു കൂവുകയും പിറുപിറുക്കയുമുണ്ടായി.

അന്നേരം ഗോപു നിലക്കണ്ണാടിയുടെ മുമ്പിൽ നിന്ന് സൗന്ദ ര്യവർദ്ധക സാമഗ്രികൾ ഗാത്രമാകെ ലേപനം ചെയ്തുകൊണ്ട് മുഖം കണ്ണാടിയോടൊട്ടിച്ച് സ്വന്തം സൗന്ദര്യം ഒപ്പിയെടുത്ത് ആസ്വദിക്കുകയാ യിരുന്നു. കയറി വന്ന ജിത്ത് ആ രംഗം കണ്ട് ഷർട്ടിന്റെ കോളറിനു പിടിച്ചു തള്ളി അവനെ പുറത്തേക്ക് കൊണ്ടുവന്നു.

ക്യാമ്പിലെത്തുമ്പോൾ സംവിധായകൻ കിഷോർ എത്തിച്ചേർന്നി ട്ടുണ്ടായിരുന്നു. അവൻ നടിയുമായി സൊള്ളിക്കൊണ്ടിരിക്കുകയാണ്.

“നേരം കളയേണ്ട. ഇനി ഭക്ഷണം കഴിച്ചിട്ടിരിക്കാം. കിഷോറിനും എടുത്തിട്ടുണ്ട്, എല്ലാവരും വരൂ.” ജിത്ത് തൊട്ടപ്പുറത്തെ മുറിയുടെ കതക് തുറന്ന് ഭക്ഷണവും പ്ലേറ്റും കുടിവെള്ളവും നിരത്തിവച്ചു.

അത്യാവശ്യം പാകം ചെയ്യാൻ സൗകര്യമുള്ള കുടുസ്സു മുറിയായി രുന്നു അത്. അറ്റാച്ച്ഡ് ടോയ്‌ലറ്റുമുണ്ട്.

മൂവരും ആഹാരത്തിനിരുന്നപ്പോൾ ജിത്തും കൂട്ടരും ഭിത്തിയോട് ചേർന്ന് ചിതറിക്കിടന്ന ബെഞ്ചും കസേരകളും വശങ്ങളിലേക്ക് നീക്കം ചെയ്ത് കളിക്കാനുള്ള ഇടം കണ്ടെത്തി. ഇതിനോടകം അഭിനേതാക്കൾ എല്ലാവരും സന്നിഹിതരായി. കാഴ്ചക്കാരായി പുറമെയുള്ള മറ്റു ചിലരും. എല്ലാവരേയും കണ്ട് ‘ഇരുത്തി’ നോക്കേണ്ടി വന്ന ജിത്ത് അന്തം വിട്ടു പോയി! ഓരോരുത്തരും സൗന്ദര്യമത്സരത്തിൽ പങ്കെടുക്കാനെത്തിയ വരോ അതല്ല, പ്രച്ഛന്നവേഷം ആടാൻ വന്നവരോയെന്ന് ശങ്കിച്ചു പോയെ ങ്കിൽ ആശ്ചര്യപ്പെടാനില്ലായിരുന്നു. അത്രമേൽ വേഷം കെട്ടിയാണ് ഓരോ രുത്തരും റിഹേഴ്സലിനായി അണിനിരന്നത്.

എന്നും കൈലി മുണ്ടുടുത്ത് നിരത്തിലൂടെ വടക്കുനോക്കി നടന്നിരുന്ന കോരപ്പൻ ഇപ്പോഴിതാ പാന്റും കോട്ടുമണിഞ്ഞ് ജെന്റിൽമേന്റെ തലയെടുപ്പോടെ നിൽക്കുന്നു!

തലമുടിമുറിക്കാതെയും ക്ഷൗരം ചെയ്യാതെയും അലസമായി നട ന്നിരുന്ന ഊശാൻതാടി തോമാച്ചൻ ക്ലീൻഷേവും കട്ടിംഗും.!

ഇനിയും മീശമുളച്ചിട്ടില്ലാത്ത കുട്ടിശ്ശങ്കരൻ ഐബ്രോപെൻസിൽ കൊണ്ട് ചിത്രപ്പണി നടത്തിയിട്ടുണ്ട്.

ചുമരിൽ പുട്ടിതേച്ചു പിടിപ്പിച്ചതുപോലെ എല്ലാവരും മുഖത്ത് ചായം തേച്ചുമിനുക്കിയിരുന്നു. അവരിൽ തെങ്ങിൻതൈക്ക് ചാരം വിത റിയമാതിരി മുഖത്ത് പൗഡറിട്ട് നിന്ന ഒരുവന്റെ തോളിൽ കൈയിട്ട് ജിത്ത് സ്വകാര്യമായി പറഞ്ഞു:

“ഇത്രത്തോളം ഒരുങ്ങിയിട്ട് വിശേഷമൊന്നുമില്ല- നടി വിവാഹിതയാണ്.”

മൂവരും ആഹാരം കഴിച്ചെണീറ്റതോടെ റിഹേഴ്സൽ ആരംഭിക്കുകയായി.

ജിത്താണ് ആദ്യഘട്ടത്തിൽ പ്രോംപ്റ്റ് ചെയ്യാനിരുന്നത്. രംഗത്തെത്തുന്ന കഥാപാത്രങ്ങളുടെ സ്വഭാവവും കഥയിലെ മറ്റു പാത്രങ്ങളുമായുള്ള ബന്ധവും അവൻ കിഷോറിന് പരിചയപ്പെടുത്തി.

ജിത്ത് ഒഴികെ മറ്റ് എല്ലാവരും തന്നെ വേദിയിൽ പ്രത്യക്ഷപ്പെടുന്നത് നടാടെയാണ്. അതുകൊണ്ടാവണം ഓരോ താരങ്ങളും രംഗപ്രവേശം ചെയ്യുമ്പോൾ മുഖത്ത് ചോരവറ്റിയതുപോലെ കാണപ്പെട്ടു. ചിലരുടെ കാലുകൾ കൂട്ടിയിടിക്കുന്നുണ്ടായിരുന്നു. ഡയലോഗുകൾ പ്രസന്റ് ചെയ്യുന്ന നേരം പലരും പതറുകയും നാവ് കുഴയുകയുണ്ടായി.

പ്രകടനം നന്നാക്കാനാവാത്ത വിധം തീരെ മോശം നിലവാരം പുലർത്തിയ ഒരുവനെ സംവിധായകൻ അകറ്റിനിർത്തി പകരം മറ്റൊരാളെ നിയമിച്ചു.

വില്ലൻ വേഷവുമായിട്ടാണ് ഗോപു സമക്ഷത്തേക്ക് കയറിവന്നത്. വേദിയിൽ കയറിനിന്നപ്പോൾ അവന് തല കറങ്ങുന്നതുപോലെയും കണ്ണിൽ ഇരുട്ടു മൂടുന്നതുപോലെയും തോന്നി. സംഭാഷണം ഏറ്റു പറയുമ്പോൾ തൊണ്ടവരളുന്നതായും അറിഞ്ഞു. അത് ആദ്യമാദ്യം. പിന്നെ ആൾ ഉഷാറായി.

ജിത്തിന്റെ പ്രകടനം മോശമല്ലായിരുന്നു. എങ്കിലും കടന്നുവരുമ്പോൾ ശ്രദ്ധിക്കേണ്ട കാര്യങ്ങളും ചലിക്കേണ്ട പൊസിഷനുകളും അവലംബിക്കേണ്ട ചില ആംഗിളുകളും ചൂണ്ടിക്കാണിക്കേണ്ടിയിരുന്നു.

ദേവികയുടെ പ്രകടനം സംവിധായകന്റെ പ്രശംസ പിടിച്ചു പറ്റി. ക്ഷണനേരം കൊണ്ട് ഉൾക്കൊള്ളാൻ കഴിഞ്ഞിരുന്നു. അഭിനയത്തിൽ തഴക്കം വന്ന താരം പോലെ അവൾ ശോഭിച്ചുനിന്നു.

കിഷോറിന്റെ സംവിധാനം തരക്കേടില്ലെന്നും പറയാം. പക്ഷേ, അവസാനരംഗത്തിൽ അവനൊരു കുരുത്തക്കേട് ഒപ്പിച്ചു. വില്ലൻ നായികയെ കയറിപ്പിടിക്കുന്ന ഒരു സന്ദർഭമുണ്ട്. ഗോപു അത് കൈകാര്യം ചെയ്തത് ശരിയായില്ലെന്നും പറഞ്ഞ് കിഷോർ നടിയെ കടന്നുപിടിച്ചു. ഇന്ന വിധത്തിൽ വേണമെന്നും പറഞ്ഞ് പോരായ്മകൾ നികത്തിക്കൊടുത്തു. എന്നാൽ ആ സീൻ കിഷോർ ശരിക്കും മുതലെടുക്കുകയായിരുന്നു.

അന്നേരം അവൻ നായികയെ മാറോട് ചേർത്ത് അമർത്തിപ്പിടിക്കുകയും പൃഷ്ഠത്തിൽ തലോടുകയും ഞെരുക്കുകയുമുണ്ടായി.

പുറം തിരിഞ്ഞു നിന്നതിനാൽ അതാരുടെയും ശ്രദ്ധയിൽപ്പെട്ടിരുന്നില്ല. കിഷോർ അഭിനയിക്കുകയല്ല അനുഭവിക്കുകയാണെന്ന് ക്ഷണനേരം കൊണ്ട് ദേവിക മനസ്സിലാക്കി. നിമിഷാർദ്ധം അവൾ അവനെ തള്ളിമാറ്റുകയും ചൂണ്ടാണി വിരൽ ചൊടിയിൽ വച്ച് കണ്ണുരുട്ടി താക്കീത് കൊടുക്കുകയുമുണ്ടായി.

റിഹേഴ്സൽ അവസാനിക്കുമ്പോൾ മണി രണ്ടു കഴിഞ്ഞിരുന്നു.

മുരുകൻ തിളപ്പിച്ചെടുത്ത കട്ടൻ ചായയും കായവറുത്തതും എല്ലാവർക്കും വിതരണം ചെയ്തു.

ക്ലബ്ബിൽ മുരുകന് അംഗത്വമൊന്നുമില്ല. രാത്രിയിൽ എന്തെങ്കിലും കലാപരിപാടികൾ അറേഞ്ച് ചെയ്യുന്ന ദിനങ്ങളിൽ ചായ കൂട്ടുവാനും മറ്റും അവനെ നിയോഗിക്കാറുണ്ട്.

കാപ്പികുടി കഴിഞ്ഞ് അടുത്ത റിഹേഴ്സലിന് തിയ്യതി നിശ്ചയിച്ച ശേഷം പലരും പിരിഞ്ഞുപോയി.

ദേവികയ്ക്കും അമ്മിണിക്കും ഹാളിൽ കിടക്കാനുള്ള സൗകര്യം ഒരുക്കിയിട്ടാണ് ജിത്തും ഗോപുവും സ്ഥലംവിട്ടത്. കൂട്ടിനായി മുരുകനോട് കുശിനിയിൽ കുടിക്കൊള്ളാനും പറയുകയുണ്ടായി.

11

ആലുവയ്ക്കുള്ള ഫസ്റ്റ് വണ്ടി ആറുമണിക്കാണ്. ദേവിക അഞ്ചു മണിയോടെ എഴുന്നേറ്റ് ടോയ്‌ലറ്റിൽ കയറി. നന്നേ ഉറക്കക്ഷീണമുണ്ടായിരുന്നു അവൾക്ക്. റിഹേഴ്സൽ കഴിഞ്ഞു കിടക്കാൻ നേരം ഉണ്ണിക്കുട്ടന്റെ ഓർമ്മകളും മനോവിഷമങ്ങളുമായി മുഴുകിക്കൊണ്ടിരിക്കെ ഉറക്കം അകലുകയായിരുന്നു.

ദേവിക ബാത്ത്റൂമിൽ നിന്നിറങ്ങി വരുമ്പോൾ അമ്മിണി ഉറക്കത്തിൽ തന്നെ. അവൾ അമ്മയെ വിളിച്ചുണർത്തി. മുഖം കഴുകി ഡ്രസ്സ് മാറി അവർ മകൾക്കു മുന്നേ ഇറങ്ങി.

നാണുനായരുടെ ചായക്കട തുറന്നിട്ടുണ്ടായിരുന്നു. അയാൾ രാവിലെത്തേക്കു വേണ്ട പലഹാരങ്ങൾ തയ്യാറാക്കുന്ന സംരംഭത്തിലാണ്. അമ്മിണിയും മകളും കടയിലേക്ക് കയറി ബെഞ്ചിലിരുന്നു.

"എങ്ങനെയുണ്ട് അമ്മിണിയമ്മേ റിഹേഴ്സലൊക്കെ, അടിപൊളിയായിരുന്നോ?" അടുപ്പിലേക്ക് ഒന്നു രണ്ടു മരക്കൊള്ളികൾ തിരുകി വച്ച് തിരിഞ്ഞുനിന്ന് നാണുനായർ അന്വേഷിച്ചു.

"ഓ, ഒരു വഹ! ങ്ങാ, തൊടക്കമെല്ലേ - നന്നായിക്കൊള്ളും."

"അപ്പോ രാവിലെ തന്നെ പുറപ്പെടാൻ നിശ്ചയിച്ചോ? അതെന്തുപണിയാ, പഴയ ആളുകളെയൊക്കെ ഒന്നു കാണേണ്ടേ?"

"ഓ, ഇനിയും വരുന്നുണ്ടല്ലോ - അപ്പോഴാകാം."

നാണുനായർ ചായ പാറ്റി ഇരുവർക്കും മുന്നിൽ വച്ചിട്ട് തിരക്കി. "കഴിക്കാനെന്താ എടുക്കേണ്ടെ? പുട്ടും കടിയും അല്ലെങ്കിൽ വെള്ളേപ്പ

മാകാം."

"ഒന്നും വേണ്ട നായരെ. ഇത്ര രാവിലെയൊന്നും കഴിക്കാറില്ല." അമ്മിണി അറിയിച്ചു.

"ഇനിയെന്നാണ് റിഹേഴ്സൽ വച്ചിരിക്കുന്നത് ?"

"അടുത്ത ഞായറാഴ്ച." മറുപടി കൊടുത്തിട്ട് അമ്മിണി എഴുന്നേറ്റു. "എന്നാൽ ഞങ്ങളിറങ്ങട്ടെ ഇനി രണ്ടു തവണ കൂടി ഇവിടെ വന്ന് കാപ്പികുടിച്ച് നാണുനായരെ കഷ്ടപ്പെടുത്തുന്നുണ്ട്."

"ആ കഷ്ടപ്പാട് ഞാനങ്ങ് സഹിച്ചോളാം അമ്മിണിയമ്മേ."

നാണുനായർ ചിരിച്ചുകൊണ്ടാണ് മറുപടി കൊടുത്തത്. അമ്മിണിയും മകളും ഇറങ്ങി നടന്നു. അവർ സ്റ്റോപ്പിലേക്ക് എത്തിക്കാണില്ല അന്നേരം പ്രഭാകരൻപിള്ള കടയിലേക്ക് കയറിവന്നു.

അല്പം വൈകിപ്പോയല്ലോ പിള്ളച്ചേട്ടാ, അവരിപ്പം ഇറങ്ങിയതേയുള്ളൂ.

"ആര്?" മനസ്സിലാകാത്തതുപോലെ പ്രഭാകരൻപിള്ള നായരെ നോക്കി.

നമ്മുടെ പഴേ വിഷക്കാറ്റിലെ നായിക - അമ്മിണി! ഇപ്പം ഇവിടെ നിന്നിറങ്ങിയതേയുള്ളൂ. കണ്ടിരുന്നോ ഇന്നലെ ?

"ഇല്ല. "

"എന്തൊരു മനുഷ്യൻ! ഒത്തിരി നാളെത്തി കാണേണ്ട അവസരമല്ലേ കളഞ്ഞുകുളിച്ചത്. ഫസ്റ്റ് വണ്ടി പോയിട്ടില്ല. അവര് ബസ് സ്റ്റോപ്പിൽ കാണണം.

"ങാ, പോട്ടെ. കാണാൻ ഇനിയും സന്ദർഭമുണ്ടല്ലോ."

കാണേണ്ടെന്നും എന്നാൽ കണ്ടാകൊള്ളാമെന്നുമുള്ള നിലപാടിലായിരുന്നു പിള്ള. കൃഷിപ്പാടത്ത് വെള്ളം നിറുത്താൻ ഇറങ്ങിത്തിരിച്ചതായിരുന്നു അന്നേരം. പോകും വഴി ചൂടൻ ചായ കുടിച്ചിട്ടാകാമെന്നു കരുതി ലോഹ്യക്കാരന്റെ കടയിൽ കയറിയതാണ്. അല്ലാതെ പതിവുണ്ടായിട്ടല്ല.

ചായകുടി നിൽപ്പിൽ കഴിച്ചുകൂട്ടി പിള്ള നായരോടാരാഞ്ഞു:

"മകളെ കണ്ടിരുന്നോ ഈയിടെയെങ്ങാനും?"

നാണുനായരുടെ തല താണു. മുഖംവാടി. ഇടർച്ചയോടെ അയാൾ മൊഴിഞ്ഞു. "ഈയിടെയെന്നല്ല, പിരിഞ്ഞശേഷം പിന്നിതുവരെ കാണാ

നൊത്തില്ല."

"പിണക്കം ഇനിയും മാറിയില്ലേ?"

"അവൾക്കെന്നോടാണ് പിണക്കം, എന്റെ വെറുപ്പൊക്കെ എന്നേ അസ്തമിച്ചു."

"എങ്കിൽ മിക്കവാറും ഇന്നു കാണാം." പിള്ള പറഞ്ഞു: സൊസൈറ്റിയിൽ മകളൊരു ലോണിന് അപേക്ഷിച്ചിട്ട് അത് സാങ്ഷനായിട്ടുണ്ട്. പണം കൈപ്പറ്റാൻ ഇന്നു വന്നേക്കും. വളരെ ദയനീയമാണ് ആ കൊച്ചിന്റെ ഇപ്പോഴത്തെ സ്ഥിതി. "

നാണുനായര് കുണ്ഠിതത്തോടെ പിള്ളയുടെ നേർക്കു നോക്കി.

പ്രഭാകരൻപിള്ള തുടർന്നു: "കെട്ടിയ ചെറുക്കൻ തെങ്ങേൽ നിന്നു വീണു കിടപ്പിലാ. ആശുപത്രിയിൽ നിന്നും മടക്കിയെന്നാ കേട്ടത്. ആകെയുള്ള വരുമാനം നിലച്ചു. ഇപ്പോ പട്ടിണിയും പരിവട്ടവുമായിട്ടാണ് കഴിഞ്ഞുകൂടുന്നത്. ചികിൽസാ ചെലവിനായിട്ടാണ് വായ്പ വച്ചിരിക്കുന്നത്. അംഗത്വം റദ്ദാക്കിയിട്ടില്ലെങ്കിലും വായ്പ അനുവദിക്കാൻ ചില തടസ്സങ്ങളൊക്കെയുണ്ടായിരുന്നു. അത് എന്റെ സ്വന്തം റിസ്കിൽ പരിഹരിക്കുകയും രണ്ടാൾ ജാമ്യം കൊടുക്കുകയും ചെയ്തിട്ടുണ്ട്."

പിള്ള, കാലിയായ ഗ്ലാസ്സ് ഡെസ്കിൽ വച്ചു ഇറങ്ങിനടന്നു. ചെന്നെത്തിയത് കൃഷിയിടങ്ങളിലാണ്. കനാലിലെ വെള്ളം പാടത്തേക്ക് തിരിച്ചുവിട്ടും ഇടിഞ്ഞ വരമ്പുകൾ പൊതിഞ്ഞും പിള്ള കുറേനേരം അവിടെ കഴിച്ചുകൂട്ടി. പിന്നെ കൈകാലുകൾ വൃത്തിയാക്കി ഭരണസമിതി ഓഫീസിലേക്ക് നടന്നു. അന്നേരം ജിത്തും കൂട്ടരും അവിടെ കൂടിനിന്നിരുന്നു. അവർ കളക്ഷൻ എടുക്കാൻ പുറപ്പെടുന്ന ചർച്ചയിലായിരുന്നു.

ജിത്ത് ആഗ്രഹിച്ചതുപോലെ കടവിനപ്പുറം വടക്കു ഭാഗത്തേക്ക് നീങ്ങാനുള്ള നറുക്ക് വീണിരുന്നു. അതവൻ ചോദിച്ചു വാങ്ങിയതാണ്. അഞ്ചുപേരടങ്ങുന്ന സംഘം ആ ഭാഗത്തേക്ക് നീങ്ങി. കാണുന്ന കുടിലുകളും കൂറ്റൻ പുരകളും ഒന്നും തന്നെ വിടാതെ അരിച്ചുപെറുക്കി സംഘം മുന്നോട്ട് നീങ്ങി.

വേദികയുടെ വസതി നിശ്ചയമില്ലെങ്കിലും ഈ ഭാഗത്താണെന്ന് ജിത്തിനറിയാം. വൃന്ദാവൻ അസോസിയേഷൻ കോളനിയിലാണ് താമസമെന്ന് അവൾ പറഞ്ഞിട്ടുണ്ട്. അവളുടെ വീട്ടിലേക്ക് കയറാൻ ജിത്ത് വെമ്പൽ കൊണ്ടു. ശനിയാഴ്ചകളിൽ ക്ഷേത്രദർശനത്തിനായി വന്നപ്പോൾ ഇതിനോടകം രണ്ടുതവണ വേദികയെ കണ്ടുമുട്ടി. തുറന്നു സംസാരിക്കാൻ പഴുതൊത്തുവന്നപ്പോൾ കാണാതിരിക്കുമ്പോഴുള്ള ഹൃദയഭാരം

അവൾക്കു മുന്നിൽ ഇറക്കിവച്ചു. സതീർത്ഥ്യയെ കാണാനെന്ന വ്യാജേന ഒരു ദിവസം അവൾ ഷൈനീസദനത്തിലെത്തി. അന്ന് ഒത്തിരി കാര്യങ്ങൾ പരസ്പരം പങ്കുവച്ചു. ക്രമേണ അവന് അവളോടെന്നപോലെ അവൾക്കും അവനോട് പ്രണയമുദിച്ചു.

അമ്പതാം നമ്പർ റസിഡൻസിന്റെ തുറന്നുകിടന്ന ഗേറ്റിനകത്തേക്ക് പിരിവുസംഘം കാലുകുത്തി. ടൈൽസ് വിരിച്ച മുറ്റത്ത് പോലീസ് ജീപ്പ് മുഖാമുഖം കിടക്കുന്നത് ദൃഷ്ടിയിൽപ്പെട്ടതോടെ ജിത്ത് ചെറുതായൊന്ന് കിടുങ്ങുകയും വേദികയുടെ വസതി തന്നെയെന്നുറപ്പിക്കുകയുണ്ടായി.

ഓഫീസിലേക്ക് പുറപ്പെടുന്ന വേഷത്തിൽ സർക്കിൾ ഇൻസ്പെക്ടർ പൂമുഖത്തെ സിറ്റൗട്ടിൽ നിൽപ്പുണ്ടായിരുന്നു. നടന്നടക്കുന്ന ഐവർ സംഘത്തിലെ മുന്നിൽ നിലകൊണ്ട ജിത്തിനെ കണ്ട് അദ്ദേഹം സംശയദൃഷ്ട്യാ നോക്കിനിന്നു. അടുത്തേക്ക് ചെന്ന ജിത്തിന്റെ കാൽ ഇടറുന്നുണ്ടായിരുന്നു.

“ഞങ്ങൾ ക്ഷേത്രപ്പിരിവിനിറങ്ങിയതാണ്.” സംഘത്തിലൊരുവൻ നോട്ടീസ് നീട്ടിയിട്ട് ആദരവോടെ മടിക്കുത്തഴിച്ച് നിന്നു.

സേതുനാഥ് നോട്ടീസ് വാങ്ങുകയോ ജല്പനം കേൾക്കുകയോ ഉണ്ടായില്ല. അദ്ദേഹത്തിന്റെ നോട്ടം ജിത്തിൽ തറഞ്ഞുനിന്നു.

“നിന്നെ ഞാൻ എവിടെയോ വച്ച് കണ്ടിട്ടുണ്ടല്ലോ?” ജിത്തിനു നേരെ വിരൽ ചൂണ്ടി ഇൻസ്പെക്ടർ സംശയത്തിന്റെ മറനീക്കാൻ ശ്രമിച്ചു. പിന്നെ ഓർമ്മയിൽ തടഞ്ഞപ്പോലെ മൊഴിഞ്ഞു.

“ഓ, ഓർക്കുന്നു, സ്റ്റേഷനിൽ വച്ച് ! ബൈക്കിൽ വന്ന് മാല പൊട്ടിച്ച കേസിലെ ഒന്നാംപ്രതി?”

ജിത്ത് നടുങ്ങി:“ അയ്യോ സാർ അതു ഞാനല്ല.” നമ്മൾ തമ്മിൽ പരിചയപ്പെട്ടിട്ടുണ്ട് - സാറിനെ ഞാനറിയും.”

“അറിയണമല്ലോ.... കഴിഞ്ഞമാസം രജിസ്റ്റർ ചെയ്യപ്പെട്ട സ്ത്രീപീഡനക്കേസിലെ മൂന്നാംപ്രതി?... എന്താപേര് സ്വയം ചോദിച്ചുകൊണ്ട് ആലോചനയിലാണ്ട നേരം വേദിക സമക്ഷത്തേക്ക് വന്നു.

“അയ്യോ ഡാഡി ഇത് ആ കക്ഷിയല്ല. ഞാൻ ഒരു ദിവസം ഡാഡിയെ പരിചയപ്പെടുത്തിയതല്ലേ- ഷൈനിയുടെ സഹോദരൻ ജിത്താണ്.”

“ആണോ? തെറ്റിദ്ധരിച്ചതിൽ ക്ഷമയൊന്നും ഞാൻ ചോദിക്കില്ല, അതിവള് പറഞ്ഞോളും. ആട്ടെ നിങ്ങളു വന്നതിന്റെ ഉദ്ദേശ്യം ?”

നോട്ടീസു പിന്നെയും നേർക്കു നീണ്ടു. ക്ഷേത്രത്തിലെ ഉത്സവമാണ്. "ഓ സഹായധനം ! വിരോധമില്ല, എഴുതിക്കോളൂ എത്രവേണമെങ്കിലും."

"വേണ്ട സാറു പറഞ്ഞാൽ മതി." രസീത് കുറ്റി കൈവശമിരുന്നയാൾ വിനയത്തോടെ അറിയിച്ചു.

"മടിക്കേണ്ട. എത്രയാണെന്നുവച്ചാൽ എഴുതിയെട്. നമ്മുടെ ക്ഷേത്രത്തിലെ ഉത്സവമല്ലേ കുറയേണ്ട."

സുഹൃത്ത് ഒരു തുകയെഴുതി സേതുനാഥിനെ ഏൽപ്പിച്ചു. ഇൻസ്പെക്ടർ പണമെടുത്ത് നീട്ടുമ്പോൾ ജിത്ത് അറിയിച്ചു:

ഉത്സവത്തലേന്ന് ഞങ്ങൾ അവതരിപ്പിക്കുന്ന നാടകമുണ്ട്. സാറും കുടുംബവും തീർച്ചയായും വരണം."

"കഴിഞ്ഞെന്ന് വരില്ല. ഉത്സവത്തിന് കുടുംബവും പരിവാരങ്ങളും കാണും. ഞാൻ പിന്നെ കാണാതിരിക്കില്ലല്ലോ - അതു പിന്നെ നിങ്ങൾ കണ്ടെന്ന് വരില്ല."

പിരിവുകാർ മടങ്ങി. തിരിഞ്ഞുനടക്കുന്ന നേരം ജിത്ത് വേദികയെ കൈവീശിക്കാണിച്ചു. സേതുനാഥിന്റെ സാമീപ്യത്തിൽ നാവുകൊണ്ടൊന്നും പറയാനായില്ലെങ്കിലും കണ്ണുകൾ കൊണ്ടും ആംഗ്യവിക്ഷേപങ്ങൾകൊണ്ടും അവർ പലതും സംസാരിച്ചിരുന്നു.

ഇടവേള സമയത്ത് ഭക്ഷണം കഴിക്കാൻ ജിത്ത് വീട്ടിലേക്ക് നടന്നു. നാണുനായരുടെ കടയുടെ സമീപമെത്തിയപ്പോൾ അത് അടഞ്ഞു കിടന്നിരുന്നു.

നാണുനായർ അവിടെ ഉണ്ടായിരുന്നില്ല. രാവിലത്തെ ചായവില്പനയയ്ക് ശേഷം കടയടച്ച് അയാൾ സഹകരണബാങ്കിനു മുന്നിൽ നിലയുറപ്പിക്കുകയായിരുന്നു. മകൾ അപേക്ഷിച്ച പണം കൈപ്പറ്റാനായി വരുമെന്ന് അറിഞ്ഞതോടെ ഒരുനോക്ക് കാണാനും ഒത്തിരി പറയാനും കൂടെ വരുമെങ്കിൽ കുടിയിലേക്ക് കൂട്ടിക്കൊണ്ടുവരുവാനും എത്തിച്ചേർന്നതാണ്. മകൾക്ക് കൊടുക്കാനായി കുറച്ചു സമ്പാദ്യവും അയാൾ മടിയിൽ തിരുകിയിരുന്നു.

പത്ത് മണിക്കു വന്ന് നിൽപ്പ് തുടങ്ങിയതാണ്. ഒരു മണിയായിട്ടും മകളെ കണ്ടതില്ല. ഇനി ഉച്ചയ്ക്കു ശേഷമേ ബാങ്കിൽ പ്രവർത്തനമുള്ളൂ. നാണുനായർ വിഷാദത്തോടെ മടങ്ങി. ഉച്ചകഴിഞ്ഞ് നാണുനായര് വീണ്ടും ബാങ്ക് കവാടത്തിലെത്തി. പ്രവർത്തനാവസാനം വരെ ആകാംഷയോടെ

ഒരേ ഒരു നില്പ്! ആശ നശിച്ചു തിരിഞ്ഞുനടക്കവേ തോളിൽ ഒരു കൈപ്പടം വീണു. പുറം തിരിഞ്ഞു നോക്കിയപ്പോൾ കണ്ടത് പ്രഭാകരൻ പിള്ളയെ ആയിരുന്നു. പിള്ളയുടെ മുഖം ശോകാകുലമായിരുന്നു.

"അവളിന്നു വന്നില്ല. ഇനി വരുമോയെന്നുമറിയില്ല. ചികിൽസാചെലവിനുപകരിക്കേണ്ട പണത്തിന്റെ ആവശ്യം കഴിഞ്ഞിരിക്കുന്നു."

പിള്ള പറഞ്ഞ ഭാഷ്യത്തിന്റെ പൊരുളറിയാതെ നാണുനായർ വിഷണ്ണതയോടെ നോക്കിനിന്നു. പിള്ള പൂർത്തീകരിച്ചു.

"മകളുടെ കെട്ട്യോൻ രാവിലെ മരിച്ചു."

നാണുനായർ നിസ്സംഗതയോടെ കേട്ടുനിന്നല്ലാതെ ഒന്നും ഉരിയാടുകയുണ്ടായില്ല.

12

നാലാം മൈൽ ശാസ്താക്ഷേത്രത്തിൽ കൊടിയേറി. കൊടിയേറ്റ ദിനം മുതൽ ഏഴുദിവസം നീളുന്ന മഹോസ്തവം.

ഗ്രാമവാസികളിൽ ആത്മഹർഷത്തിന്റെ കേളികൊട്ട് !

ഭാരവാഹിത്വ ചുമതലകൾ ജിത്തിന്റെയും കൂട്ടരുടെയും തലയിലാണ്. നിന്നു തിരിയാൻ നേരമില്ല. ഓരോരോ ആവശ്യങ്ങൾക്കായി ഓടിനടക്കണം.

കളക്ഷനിറങ്ങേണ്ടതുണ്ട്. പാതിവഴിയേ താണ്ടിയുള്ളൂ. ഇനിയും കിടക്കുന്നു ബഹുദൂരം!

സ്പോൺസറുടെ ബാഹുല്യം ആണ്ടോടാണ്ട് കൂടിവരികയാണ്. ആയിനത്തിൽ കനപ്പെട്ട ഭാരം തന്നെയാണ് ഇറക്കി വയ്ക്കാനാകുന്നത്.

വലിയ വിളക്ക് ദിവസത്തെ സദ്യ ഏറ്റെടുത്തിരിക്കുന്നത് പ്രഭാകര്റപപിള്ളയാണ്.

കമ്പക്കെട്ട് ജിത്തിന്റെ വകയും.

നാണുനായർ ഒരു ചാക്ക് അരി സ്പോൺസർ ചെയ്തിട്ടുണ്ട്.

ഗോപുവിന്റെ പേഴ്സ് എന്നും കാലിയാണ്. എങ്കിലും അവന്റെ പപ്പ ഒരു പാട്ട എണ്ണ സംഭാവന ചെയ്യുന്നുണ്ട്.

ഉഷപൂജയോടെ ആരംഭിച്ച ഒന്നാംദിവസം രാത്രി കൊച്ചിൻ കോക്കേഴ്സിന്റെ മിമിക്സ് മേളയോടെ കലാപരിപാടിക്ക് തുടക്കമിട്ടു.

രണ്ടാം ദിവസം ഓച്ചിറ സുഗുണന്റെ കഥാപ്രസംഗം.

മൂന്നാംദിനം കൊല്ലം മൈത്രിയുടെ ബാലെ.

ബാലെ ആസ്വദിക്കാൻ പൂഴിയിട്ടാൽ താഴേക്കില്ലാത്ത വിധം ജനാവലിയുണ്ടായിരുന്നു.

ആറാം ദിവസം യുവചേതനയുടെ നാടകമാണ്.

ഇനി രണ്ടേ രണ്ടു ദിവസം!

ഇരുപതാം തിയ്യതിയാണ് ഫൈനൽ റിഹേഴ്സൽ നടത്താൻ നിശ്ചയിച്ചിരുന്നത്. അതായത് നാളെ.

ഓർക്കസ്ട്രക്കാരെ ഏർപ്പാടാക്കിയിട്ടുണ്ട്.

സ്റ്റേജിലെ പ്രതീതിയായിരിക്കണം.

അവതരണഗാനവും നായികയുടെ നൃത്തവുമുണ്ട്.

ദേവികയ്ക്ക് നൃത്തം കൈകാര്യം ചെയ്യാമെന്ന ആത്മവിശ്വാസമുണ്ട്.

അതുകൊണ്ട് ഒരു നടന വിദ്വാന്റെ ശിക്ഷണം ഒഴിവാക്കാൻ കഴിഞ്ഞതിൽ ചാരിതാർഥ്യമുണ്ട്. എങ്കിലും ഒരു പരീക്ഷണത്തിനായി അവർ നിസ്സഹകരിക്കുകയാണുണ്ടായത്.

രാഗവും ശ്രുതിയും സമന്വയിച്ചാലേ ചിലങ്ക കെട്ടുവെന്നാണ് ശാഠ്യം.

അവതരണഗാനം വിപ്ലവത്തിന് ഊന്നൽ കൊടുത്ത് സംഘഗീതമായിട്ടാണ് ആലപിക്കുന്നത്.

സ്ത്രീശബ്ദവും നിറഞ്ഞു നിൽക്കുന്നു.

സ്വരം തെറ്റില്ലാത്ത മൂന്നുപേർ ഗ്യാംങിലുണ്ട്. അവർ പാടിക്കൊള്ളാമെന്നേറ്റിട്ടുണ്ട്.

ഗായികയുടെ അഭാവം ഒരു തലവേദനയായിരുന്നു.

ഷൈനി പാടും. ഗ്രൂപ്പ് ഗാനത്തിൽ അവളെ ഉൾപ്പെടുത്തണമെന്നാണ് ആദ്യം വിചാരിച്ചിരുന്നത്.

എന്നാലതു മാത്രമല്ലല്ലോ - നൃത്തത്തിനും പിന്നണി പാടേണ്ടതുണ്ട്.

അതിനവൾ പോര. ആനന്ദഭൈരവി രാഗമാണ് കമ്പോസ് ചെയ്തിട്ടുള്ളത്.

ടഫാണ്. ശാസ്ത്രീയസംഗീതം പഠിച്ചവർക്കേ ആ രാഗം വഴങ്ങൂ.

അത്തരം ഒരു സ്ഥിതിവിശേഷത്തിലാണ് ഒരു പുനർചിന്തനം വേണ്ടിവന്നത്.

വേദിക നന്നായിട്ട് പാടും. സംഗീതം അഭ്യസിച്ചിട്ടുണ്ട്. സ്വരം നല്ലതുമാണ്. എന്നാൽ ക്ഷണിച്ചാൽ സഹകരിക്കുമോയെന്നു മാത്രം ഉറപ്പില്ല.

ഒരു ദിവസം ദീപാരാധന കഴിഞ്ഞ് മടങ്ങുമ്പോഴാണ് ജിത്ത് ആവശ്യമുന്നയിച്ച് വേദികയെ സമീപിച്ചത്.

വൈയക്തികമായി താൽപ്പര്യമുണ്ടെന്നും ഡാഡി സമ്മതിക്കുമോയെന്നറിയില്ലെന്നും പറഞ്ഞ് ആദ്യം അവൾ ഒഴിഞ്ഞുമാറി. പിന്നെയവൾ ഡാഡിയോട് അഭിപ്രായം ചോദിക്കുകയുണ്ടായി.

സേതുനാഥിന് എതിർപ്പൊന്നുമില്ലായിരുന്നു.

മറിച്ച് പ്രോൽസാഹനമാണ് നൽകിയത്.

" സംഗീതം പൊതിഞ്ഞുവയ്ക്കാനോ തടകെട്ടി നിർത്താനോ ഉള്ളതല്ല- നാലാൾ കൂടുന്നിടത്ത് അത് ഒഴുക്കിവിടുകയാണു വേണ്ടത്. എന്നാലേ കേൾക്കുന്നവരുടെയും കേൾപ്പിക്കുന്നവരുടെയും മനം ഒരുപോലെ നിറയൂ."

അങ്ങനെ ജിത്തിന്റെ സമ്മർദ്ദം കൂടാതെ തന്നെ അവൾ പാടാമെന്നറിയിച്ചു.

ഒരു ദിവസം കൂടി കടന്നുപോയി.

ഫൈനൽ റിഹേഴ്സൽ ദിനം !

മൂന്നുമണിക്ക് ആരംഭിക്കാമെന്നാണ് പറഞ്ഞുവച്ചിരിക്കുന്നത്.

അഭിനേതാക്കളെല്ലാം നേരത്തെ സ്ഥാനം പിടിച്ചു കഴിഞ്ഞു.

സംഗീതോപകരണങ്ങളുമായി ഓർക്കസ്ട്രക്കാരുമെത്തി.

അവരോട് ഒരു മണിക്കൂർ മുന്നേ ഹാജരാകണമെന്നാണ് ആവശ്യപ്പെട്ടിരുന്നത്. ഗാനങ്ങളെല്ലാം ചിട്ടപ്പെടുത്തേണ്ടതുണ്ട്.

കിഷോറും വന്നുകഴിഞ്ഞു.

വേദിക രാവിലെ പത്തുമണിയോടെ ഹാജരായി. അവൾ നേരത്തെ ഷൈനി സദനത്തിലെത്തി കൂട്ടുകാരിക്ക് മുഖം കൊടുത്ത് സൊറയും പറഞ്ഞ് ഊണും കഴിച്ച് മൂന്നുമണിയോടെ ഷൈനിയോടൊപ്പം എത്തിച്ചേർന്നു.

ഇനി ഒരാൾ കൂടി സന്നിഹിതയാകേണ്ടതുണ്ട് !

മറ്റാരുമായിരുന്നില്ല, നാടകത്തിലെ നായിക- ദേവിക!

എല്ലാവരും അവളെ നോക്കിയിരിപ്പായി.

മൂന്നര കഴിഞ്ഞിട്ടും അവളെത്തിച്ചേർന്നില്ല!

സമയം പാഴാക്കാൻ അനുവദിക്കാതെ ജിത്ത് ഗായകരെ ഒരുക്കി പാട്ട് പ്രാക്ടീസ് ചെയ്യിപ്പിച്ചു.

രണ്ടു മണിക്കൂർ നേരം തുടരുകയുണ്ടായിട്ടും നടിയുടെ നിഴൽ പോലും കണ്ടില്ല.

ഏവരിലും അസഹിഷ്ണുത പ്രകടമായി. ചിലർ നടിയെ പഴിപറഞ്ഞുകൊണ്ടിരുന്നു.

കിഷോർ അവൾക്കെതിരെ കടുത്ത അസഭ്യം പരസ്യമായി ചൊരിഞ്ഞു.

ദേവികയോട് പകയുണ്ടായിരുന്നു അവന്.

ആദ്യ റിഹേഴ്സലിൽ നായികയെ പീഡിപ്പിക്കുന്ന സീനിൽ സ്വഭാവികത പോരെന്നും പറഞ്ഞ് ഗോപുവിനെ മാറ്റിനിർത്തി കിഷോർ തന്മയത്വത്തോടെ അവതരിപ്പിച്ചു കാണിച്ചു കൊടുത്ത രീതി രണ്ടാമത്തെ റിഹേഴ്സലിലും ആവർത്തിക്കുകയുണ്ടായി. തരം കിട്ടിയപ്പോൾ അന്നേരം അവൻ നായികയുടെ കുചങ്ങളെ കാണാമറനോക്കി കശക്കിക്കൊണ്ടിരുന്നു. പ്രകടനം അതിരു കടന്നപ്പോൾ ക്ഷുഭിതയായ ദേവിക കൈവീശി അവന്റെ കരണത്തൊന്നു പൊട്ടിച്ചു. അത് ചിലരൊക്കെ കാണാനിടവന്നതിലും അമർഷമുണ്ടായിരുന്നു കിഷോറിന്.

ദേവികയെ ഇനിയും കാണാതെ വന്നതോടെ ജിത്തിന് സംഭ്രമമായി, അവൻ ഗോപുവിനോടാവശ്യപ്പെട്ടു.

"നമുക്കവിടം വരെ പോയി ഒന്നന്വേഷിച്ചു നോക്കിയാലോ?"

"അവളവിടെ നിന്നും പുറപ്പെട്ടിട്ടുണ്ടോന്ന് ആർക്കറിയാം! നമ്മളവിടെയെത്തുമ്പോഴേക്കും അവളിവിടെയെത്തിയാലോ - പിന്നെയും നേരം പോകില്ലേ....?"

അതു ശരിയാണെന്ന് ജിത്തിനും തോന്നി.

ഗോപു ചോദിച്ചു: " മൂന്നുമണിക്ക് റിഹേഴ്സൽ തുടങ്ങണമെന്ന് ദേവികയോട് പ്രത്യേകം പറഞ്ഞിരുന്നതല്ലേ?"

"പിന്നില്ലേ - ഫൈനൽ റിഹേഴ്സലായതിനാൽ നേരത്തെ എത്തണമെന്ന് പറഞ്ഞിരുന്നതാണ്. നാളെ അരങ്ങത്ത് കയറേണ്ടതല്ലേ - ഉറക്കം നിന്നാൽ എല്ലാവരിലും തളർച്ച പിടിവീഴും.

സമയം ആറുമണി.

ബിൽഡിംഗിന് താഴെ ഒരു ടാക്സി കാർ വന്ന് ബ്രേക്ക് ചെയ്തു.

വാതിൽക്കൽ നിന്നിരുന്ന ജിത്ത് ഇടനാഴിയിലേക്കിറങ്ങി അരമതിലിനോട് ചേർന്നുനിന്ന് നിരത്തിലേക്ക് നോക്കി.

ദേവിക ഡോർ തുറന്ന് ഇറങ്ങി വരുന്നു.

ഡ്രൈവർ റിവേഴ്സ് ഗിയറിലിട്ട് കാർ വളയ്ക്കാൻ ശ്രമിക്കുകയാണ്.

ദേവികയ്ക്കൊപ്പം അവളുടെ അമ്മയോ മറ്റാരുമേ തുണയുണ്ടായിരുന്നില്ല.

പുറത്തുനിന്ന ജിത്തിനോട് അവൾ വൈകിയതിനുള്ള ക്ഷമാപണം ചോദിക്കുകയും കാരണം അറിയിക്കുകയുമുണ്ടായി.

ഉണ്ണിക്കുട്ടൻ രാവിലെ ഉണരുമ്പോൾ ശാരീരികമായ ചില അസ്വാസ്ഥ്യങ്ങളൊക്കെ കണ്ടു. ശ്വാസംമുട്ടലും കുറുങ്ങലും. സംസാരിക്കാൻ പോലും ത്രാണിയില്ലായിരുന്നു. അടുത്തുള്ള ആതുരാലയത്തിൽ കൊണ്ടുപോയി കാണിച്ചെങ്കിലും കുറവു കണ്ടില്ല. ഉച്ചയോടെ രോഗം മൂർച്ഛിച്ചു. ഉടനെ ഒരു വണ്ടി വിളിച്ച് മൈലുകൾക്കപ്പുറത്തുള്ള ഹോസ്പിറ്റലിലേക്ക് കൊണ്ടുപോയി. ചെന്നപാടെ കുട്ടിയെ ഇന്റൻസീവ് കെയർ യൂണിറ്റിലേക്കു മാറ്റി. പിന്നെ രണ്ടു മണിക്കൂർ കഴിഞ്ഞിട്ടാണ് കുട്ടി വെന്റിലേറ്ററിലാണെന്നറിയാൻ കഴിഞ്ഞത്. ദേവികയുടെ ചങ്കിടിപ്പ് വർദ്ധിക്കാൻ തുടങ്ങി. നാലുമണിയായതോടെ അവൾക്ക് നില്ക്കക്കള്ളിയില്ലാതായി. കുഞ്ഞിന്റെ രോഗനിലപാടറിയാതെ എങ്ങനെ റിഹേഴ്സലിന് പോകാനാകും! അഞ്ചു മണിയായപ്പോൾ കുട്ടിക്ക് രോഗം ഭേദമായെന്ന് നേഴ്സ് വന്ന് അറിയിച്ചപ്പോഴാണ് ശ്വാസം നേരെ വീണത്. മകനെ കണ്ട് സമാധാനിപ്പിച്ചും അമ്മിണി അമ്മയെ അവന്റെയരുകിൽ ഇരുത്തിയിട്ടുമാണ് ദേവിക പിന്നെ റിഹേഴ്സലിനായി പുറപ്പെട്ടത്.

അയൽപക്കത്തെ ആന്റപ്പൻ ചേട്ടന്റെ ടാക്സികാറിലാണ് ദേവിക കുട്ടിയെയും കൊണ്ട് ആശുപത്രിയിലേക്കു പോയത്. വാഹനം അവൾ പറഞ്ഞുവിട്ടിരുന്നില്ല. കൊച്ചിന് സുഖമായാൽ അതിൽത്തന്നെ മടങ്ങാമെന്നാണ് കരുതിയത്. എന്നാൽ കുട്ടിയെ ഒന്നോ രണ്ടോ ദിവസം കിടത്തേണ്ടി വരും.

ആലുവ റെയിൽവേ സ്റ്റേഷൻ ചത്വരത്തിലാണ് ആന്റപ്പന്റെ വാഹനം ഹാൾട്ട് ചെയ്യുന്നത്. സമയം പോയതിനാൽ പോകുംവഴി നാലാംമൈലിൽ ഇറക്കി വിടണമെന്ന് അവൾ പറഞ്ഞിരുന്നു. മാത്രമല്ല, റിഹേഴ്സൽ കഴിയുന്നേരം വിളിച്ചറിയിക്കാമെന്നും അപ്പോൾ വന്ന് കൊണ്ടുപോക

ണമെന്നും അവളറിയിച്ചു.

ആന്റപ്പൻ സങ്കോചിക്കുകയുണ്ടായി.

"അയ്യോ മോളെ... എട്ടുമണിക്ക് എനിക്ക് ഗുരുവായൂർക്കൊരു ട്രിപ്പുണ്ട്. പോകാമെന്നേറ്റതാണ്. എപ്പോൾ മടങ്ങുമെന്ന് ഒരു തീർച്ചയില്ല.

ദേവികയുടെ മുഖം മങ്ങി. അവൾ ആലോചനയിലാണ്ടു.

"വിഷമിക്കേണ്ട, ആ സമയത്ത് ഞാനെത്തിയില്ലെങ്കിൽ പകരം മറ്റേതെങ്കിലും ഒരു ടാക്സി ഞാൻ പറഞ്ഞു വിട്ടോളാം."

ദേവികയ്ക്ക് സമാധാനമായി. ഇക്കാര്യങ്ങളൊന്നും അവൾ വിശദീകരിക്കുകയുണ്ടായില്ല. കൊച്ചിന് സുഖമുണ്ടായില്ലെന്നും അവനേയും കൊണ്ട് ആശുപത്രിയിൽ പോയിരുന്നെന്നും അങ്ങനെ സമയം പാഴായെന്നുമാണ് അവൾ ജിത്തിനോട് പറഞ്ഞത്.

13

ദേവികയുടെ ആഗമനത്തിൽ എല്ലാവരേയും വലച്ചുകൊണ്ടിരുന്ന ഉത്കണ്ഠ വിട്ടകന്നു.

റിഹേഴ്സൽ തുടങ്ങാൻ പിന്നെ താമസമുണ്ടായില്ല.

തപ്പൽ കൂടാതെ സംഭാഷണങ്ങൾ പറന്നുവീണു.

ചലനങ്ങളും ഭാവങ്ങളും നിരീക്ഷിച്ചുകൊണ്ടിരുന്ന കിഷോർ ചിലരെ തിരുത്തി. "പാഠം വായിക്കുന്നതുപോലെ വലിയ വായിൽ പറഞ്ഞതു കൊണ്ടായില്ല - മുഖത്ത് അതിന്റെ എക്സ്പ്രഷൻ കൂടി കാണണം"

ദേവികയുടെ ഭാഗം വരുന്നതേയുള്ളൂ. ഷൈനിയെയും വേദികയേയും പരിചയപ്പെട്ട അവൾ അവരുമായി സല്ലാപത്തിലാണ്.

കിഷോറിന്റെ ശ്രദ്ധ അവരിലേക്കും വ്യാപിച്ചു.

ദേവിക അവനെ മൈൻഡ് ചെയ്തില്ല. കഴിഞ്ഞ റിഹേഴ്സലുകളിൽ നടന്ന തിക്താനുഭവം അവളെ രോഷാകുലയാക്കിയിരുന്നു. ആ സീൻ ഇനി ആവർത്തിക്കാതിരിക്കാൻ അവന്റെ സഹകരണത്തെ ചെറുക്കാനും നിശ്ചയിച്ചിരുന്നു. തന്റെ ഊഴമായപ്പോൾ ഷൈനിയോടും വേദികയോടും വിട ചോദിച്ച് അവൾ വേദിയിലേക്ക് കയറി.

നൃത്തരംഗം സമാഗതമായി.

വേദിക ഗാനം ആലപിക്കാനായി സദസ്സിന് മുന്നിലേക്ക് കയറിയിരുന്നു.

പശ്ചാത്തല സംഗീതത്തോടൊപ്പം നാദവീചികൾ ഒഴുകിത്തുടങ്ങി.

ദേവികയുടെ പാദങ്ങൾ താളാത്മകമായി ചലിച്ചു.

കൈകളിൽ മുദ്ര വിരിഞ്ഞു.

ഉടൽ കരിനാഗം പോലെ ഇളകിയാടി.

മുഖത്തു മിന്നി മറയുന്ന ഭാവഹാവാദികൾ കണ്ടുനിന്നവരെ കോൾമയിർകൊള്ളിച്ചു.

രാഗം കൊഴുത്തതോടെ അവൾ കൈയ് മെയ് മറന്ന് നിറഞ്ഞാടി.

അവളുടെ പ്രകടനം എല്ലാവരിലും പ്രത്യേകിച്ച് ഓർക്കസ്ട്രക്കാരിൽ മതിപ്പുളവാക്കി.

ജിത്ത് അതിശയിച്ചുപോയിരുന്നു. ദേവികയിൽ പ്രഗത്ഭയായൊരു നർത്തകി ഒളിഞ്ഞിരിപ്പുണ്ടെന്ന് അവനറിഞ്ഞിരുന്നില്ല. അവളുടെ നൃത്തരംഗം നാടകത്തിനൊരു മുതൽക്കൂട്ടായിരിക്കുമെന്ന് അവൻ വിധിയെഴുതി.

നൃത്തരംഗം സമാപിച്ചപ്പോൾ സമയം പത്തേകാലായി.

ഇനി ആഹാരം കഴിച്ചിട്ട് തുടങ്ങാമെന്ന് ജിത്ത് എല്ലാവരെയും അറിയിച്ചു.

ക്യാമ്പിലായിരുന്നെങ്കിലും ദേവികയുടെ മനസ്സ് എപ്പോഴും ഉണ്ണിക്കുട്ടന് ചാരെയായിരുന്നു. പിരിയാൻ ഇനിയും താമസമെടുക്കുമെന്നറിഞ്ഞ് അവൾ വേപഥു പൂണ്ടു.

"ഉണ്ണാനൊന്നും ഇപ്പോ നേരമില്ല. അടുത്ത രംഗം കൂടി പൂർത്തിയാക്കിയിട്ട് ഞാനങ്ങ് പൊയ്ക്കൊള്ളാം- അവൾ ജിത്തിനോടായി പറഞ്ഞു. ആശുപത്രിയിൽ കയറേണ്ടതുണ്ട്."

കിഷോർ നീരസത്തോടെ ഖണ്ഡിച്ചു:

"അതു വേണ്ട. ബാക്കി ആഹാരം കഴിച്ചിട്ട് തുടരാം. മൂന്നുമണിക്ക് വന്നുള്ള നിൽപ്പാണ്. കട്ടൻ ചായയല്ലാതെ കട്ടിയുള്ളതൊന്നും അകത്തേക്ക് ചെന്നിട്ടില്ല."

ജിത്ത് ദേവികയെ സമാധാനിപ്പിച്ചു. എല്ലാവരും പോയി ആഹാരം കഴിച്ചിട്ട് അരമണിക്കൂറിനകം എത്തിക്കോളണമെന്നറിയിച്ചു.

"ഞാനെന്നാൽ പൊയ്ക്കോട്ടെ. പകരം മറ്റൊരാളെ നിർത്തി റിഹേഴ്സൽ തുടര്. അതുകൊണ്ട് നാടകത്തിന് പാകപ്പിഴയൊന്നും വരുകേല" അവൾ തിടുക്കം കൂട്ടി.

"അത് നടപ്പില്ല; ഫൈനൽ റിഹേഴ്സലാണ് - പിള്ളേര് കളിയല്ല."

കിഷോർ നിശിതമായി ഉരചെയ്തു.

ദേവിക പിന്നെ മറിച്ചൊന്നും ഉരിയാടിയില്ല. തുളയ്ക്കുന്ന ഒരു നോട്ടം കിഷോറിന് നേരെ അയച്ചു.

ക്ഷണം വന്നേക്കാമെന്ന് പറഞ്ഞിട്ട് ജിത്ത് വേദികയെയും ഗോപു ഷൈനിയെയും ബൈക്കിനു പുറകിലിരുത്തി വീട്ടിലേക്കു പായിച്ചു.

മുരുകനുമടക്കം ക്യാമ്പിൽ തങ്ങിയവർക്കുള്ള ഭക്ഷണവുമായി വൈകാതെ തിരിച്ചെത്തുമ്പോൾ ഷൈനിയും വേദികയും കൂടെയുണ്ടായിരുന്നില്ല.

അവർ ഷൈനീ സദനത്തിൽത്തന്നെ തങ്ങി. കൂടെപ്പോരുന്നതിൽ ജിത്തിന് അഭിപ്രായമുണ്ടായിരുന്നെങ്കിലും ഗോമതിയമ്മ വിലക്കുകയായിരുന്നു. "ഈ രാത്രി ഇനി പോവേണ്ട- നാടകം നാളെ കാണാമല്ലോ..."

ജിത്ത് ആഹാരവുമായി വന്നപ്പോൾ ദേവിക സംശയമുന്നയിച്ചു. :

"റിഹേഴ്സൽ പന്ത്രണ്ടുമണിക്ക് മുന്നേ തീരുകയില്ലേ?"

"ങ്ങാ, ഏതാണ്ട്."

"ആ ഫോണൊന്നു തരൂ എനിക്ക് പോകാനുള്ള വണ്ടി പറഞ്ഞേല്പിക്കണം - അല്ലെങ്കിൽ വേണ്ട, ഈ നമ്പറിലേക്ക് വിളിച്ചു തന്നാൽ മതി."

ദേവിക കുറിച്ചെടുത്തിരുന്ന ആന്റപ്പന്റെ മൊബൈൽ നമ്പർ ജിത്തിനു നേരെ നീട്ടി. ജിത്ത് നമ്പർ നോക്കി ബട്ടൺ അമർത്തി. റിങ് ശബ്ദം കേട്ട് സെൽഫോൺ അവൾക്കു കൈമാറി.

ദേവിക ഫോൺ കാതോട് ചേർത്ത് അറിയിക്കുകയുണ്ടായി:

"ആന്റപ്പൻ ചേട്ടാ, ഇത് ഞാനാണ് ദേവിക. ഇവിടെ റിഹേഴ്സൽ പന്ത്രണ്ടു മണിക്ക് കഴിയും അന്നേരം വണ്ടിയുമായി വരാൻ കഴിയുമോ?"

"മോളേ, ഞാൻ ഗുരുവായൂരെത്തുന്നതേയുള്ളൂ ഇനി ഇവിടെ നിന്ന് എപ്പോഴാണ് തിരിക്കുന്നതെന്ന് പറയാനാകില്ല. പേടിക്കേണ്ട, മോളെ സുരക്ഷിതമായി എത്തിക്കുകയല്ലേ വേണ്ടൂ- അതിന് ഞാനൊരു സുഹൃത്തിന്റെ സഹായം തേടിയിട്ടുണ്ട്. കൃത്യം പന്ത്രണ്ട് മണിക്ക് എത്തിച്ചേരാനായി സമയം കൂടി അറിയിച്ചേക്കാം പോരേ... "

ആന്റപ്പന്റെ പ്രതികരണമായിരുന്നു ഫോണിലൂടെ ശ്രവിച്ചത്.

ദേവികയ്ക്ക് ആശ്വാസമായി. അവൾ ഫോൺ തിരിച്ചേല്പിച്ചിട്ട് മൊഴിഞ്ഞു:

"കൃത്യം പന്ത്രണ്ട് മണിക്ക് കാറെത്തും - അതിനു മുമ്പായി റിഹേ

ഴ്സൽ തീർക്കണം."

ഊണു കഴിഞ്ഞ് റിഹേഴ്സൽ പുനരാരംഭിച്ചു. ഇടയ്ക്ക് ജിത്തിന്റെ മൊബൈൽ ശബ്ദിച്ചു. അവൻ ഫോണെടുത്ത് ചെവിയോട് ചേർത്തു.

"ഹലോ...."

"ഞാൻ ടാക്സി ഡ്രൈവർ ഹരിദാസാണ്. ദേവിക അവിടെയില്ലേ?"

"ഉവ്വ് കൊടുക്കാം." മറുതലക്കലെ ശബ്ദം കേട്ട് ഫോൺ ദേവികയ്ക്ക് നേരെ നീട്ടി. ദേവിക ഫോൺ വാങ്ങി ശബ്ദിച്ചു: "ഹലോ.."

"ഞാൻ ആന്റപ്പൻ ചേട്ടന്റെ ചങ്ങാതി ഹരിദാസാണ്. ഒരു കാറ് അയക്കണമെന്നും പറഞ്ഞു ആന്റപ്പൻ ചേട്ടൻ എന്നെ വിളിച്ചിരുന്നു. സ്ഥലവും പറഞ്ഞു തന്നു. കൃത്യം പന്ത്രണ്ടു മണിക്ക് ഞാനങ്ങെത്തിക്കൊള്ളും റെഡിയായിട്ടു നിന്നോളൂ."

റിഹേഴ്സൽ തകൃതിയായി നടന്നു.

പോരായ്മകൾ കണ്ടിട്ടും പരിഹരിക്കാൻ കിഷോർ കൂട്ടാക്കിയില്ല.

പന്ത്രണ്ടു മണിക്കു മുമ്പേ റിഹേഴ്സൽ അവസാനിപ്പിക്കാൻ അവനും ഉത്സാഹിച്ചതോടെ പതിനൊന്ന് നാൽപ്പത്തിയഞ്ചോടെ അവസാനരംഗത്തിന് തിരശ്ശീല വീണു.

പുറത്തൊരു ടാക്സിക്കാർ വന്നു നിന്നു.

മൂത്രം ഒഴിക്കാൻ താഴേക്കു പോയിരുന്ന മുരുകൻ അതു കണ്ടുകൊണ്ടാണ് മുകളിലേക്ക് കയറിയത്.

കാർ തിരിച്ചു നിർത്തി ഹോണടിച്ചു.

കിഷോർ ശബ്ദം കേട്ട് ഇടനാഴിയിലിറങ്ങി നോക്കിയിട്ട് വാഹനം വന്നിട്ടുണ്ടെന്ന് ദേവികയെ അറിയിച്ചു.

ദേവിക ബാഗുമെടുത്ത് പുറത്തേക്ക് വന്നു. ഒപ്പം ജിത്തും ഗോപുവും. അവൾ ഇറങ്ങും മുമ്പ് ജിത്ത് ഓർമിപ്പിച്ചു.

"നാളെ ഏഴുമണിക്ക് മുമ്പേ വന്നേക്കണം.

ദേവിക തലകുലുക്കി സമ്മതിച്ചുകൊണ്ട് താഴെയിറങ്ങി കാറിലേക്കു കയറി.

കാർ ശീഘ്രം പാഞ്ഞുപോയി.

ഇരുപത് മിനിറ്റ് കഴിഞ്ഞ് ജിത്തും കൂട്ടരും പിരിഞ്ഞു.

വേദിക അന്ന് ഷൈനീ സദനത്തിൽ ഷൈനിയോടൊപ്പമാണ് അന്തി

യുറങ്ങിയത്. മമ്മിയുടെയും ഡാഡിയുടെയും അനുവാദം പോരുമ്പോൾ അവൾ വാങ്ങിയിരുന്നു.

ജിത്ത് മുറിയിലേക്ക് പ്രവേശിക്കുന്നേരം തൊട്ടപ്പുറത്തെ മുറിയിൽ നിന്നും രണ്ടുപേരുടെയും കൂർക്കംവലി കേൾക്കാമായിരുന്നു.

പ്രഭാതം തൊട്ട് പ്രദോഷം വരെ വേദിക ചാരെയുണ്ടായിരുന്നിട്ടും കാര്യമായി സംസാരിക്കാനോ പ്രേമപൂർവം ഇടപെടാനോ കഴിഞ്ഞില്ലാ യെന്ന് അവൻ ഖേദപൂർവം ഓർമ്മിച്ചു.

അവളോടുള്ള ശൃംഗാരവും കമന്റും നേരം പുലർന്നിട്ടാകാം എന്ന മധുരസ്വപ്നവും നുണഞ്ഞുകൊണ്ട് ജിത്ത് ഉറങ്ങാൻ കിടന്നു.

എന്നാൽ ജിത്ത് കിടക്കയിൽ നിന്നെഴുന്നേൽക്കും മുമ്പേ വേദിക മറ്റുള്ളവരോട് യാത്ര ചോദിച്ചിട്ട് പടിയിറങ്ങിക്കഴിഞ്ഞു.

14

ഷൈനിക്ക് റിഹേഴ്സൽ നന്നേ ബോധിച്ചിരുന്നു.

അത് അവൾ അമ്മയെ അറിയിക്കുകയുമുണ്ടായി.

“റിഹേഴ്സൽ ഗംഭീരമായിരുന്നു മമ്മി. നാടകം കലക്കും!

ഗോമതിയമ്മ മറുപടിയൊന്നും പറഞ്ഞില്ല. ഷൈനി വാചാലയായി:

“ഇതിവൃത്തം അത്യുഗ്രൻ! ഓഡിയൻസിനെ രണ്ടു മണിക്കൂർ നേരം പിടിച്ചിരുത്താൻതക്ക എല്ലാ ചേരുവകളും അതിൽ കുഴച്ചരച്ചിട്ടുണ്ട്. സംഭാഷണം അടിപൊളി. ഏട്ടൻ നമ്മള് വിചാരിച്ചത് പോലെയൊന്നുമല്ല കേട്ടോ മമ്മി - ആള് വെരി ജീനിയസ്സാ...”

“അവൻ എന്റെ മോനല്ലേടി” -കേട്ടു നിന്ന പ്രഭാകരൻപിള്ളയാണ് അങ്ങനെ പറഞ്ഞത്.

വാഷ് ബേസിനിൽ പാത്രം കഴുകി നിന്ന ഗോമതിയമ്മയുടെ മുഖം തന്റെ നേർക്കടുപ്പിച്ചിട്ട് ഷൈനി കുസൃതിയോടെ തിരക്കി:

“അപ്പോൾ ഞാൻ നിങ്ങളുടെ മകളല്ലേ? പറയ് മമ്മീ.......”

ഗോമതിയമ്മ കൃത്രിമഭാവം നടിച്ച് ഷൈനിയെ അടിക്കാനായി കൈയുയർത്തിയപ്പോൾ അവൾ ഒഴിഞ്ഞു നിന്നു.

“റിഹേഴ്സൽ കാണാൻ വരാൻ പപ്പയോടും ഒത്തിരി പറഞ്ഞതാ. അല്ല, വന്നാലും വിശേഷിച്ചു പ്രയോജനമില്ലായിരുന്നു. കാണേണ്ട ആൾ ഇന്നലെ എത്തിയില്ല. ഇന്ന് നാടകമായിട്ട് വന്നേക്കും. അന്നേരം മമ്മി പപ്പയുടെ കൈയും പിടിച്ചു നടന്നോളണം. പറഞ്ഞില്ലെന്നു വേണ്ട. പൂർവ്വ കാമിനിയെ യാദൃച്ഛികമായി പപ്പ കണ്ടുമുട്ടിയെന്നാൽ അന്ന് ഒളിച്ചോ

ടാൻ വെമ്പിയ കാലിന് ഇന്ന് പെരുപ്പ് കയറിയാൽ മമ്മിക്ക് ആരെയാണ് നഷ്ടപ്പെടുക?"

"ചെറിയ വായേല് വേണ്ടാത്ത വർത്തമാനങ്ങള്." പിള്ള അങ്ങനെ പറഞ്ഞുകൊണ്ട് ഷൈനിയുടെ ചെവി പിടിച്ചുതിരുമ്മാൻ അടുത്തതാണ്. അന്നേരം അവൾ ഓടിമറഞ്ഞു.

കിതച്ചുകൊണ്ടാണ് ജിത്ത് അകത്തേക്ക് കയറിവന്നത്.

ഷൈനിയെ കണ്ടതും അവൻ ആവശ്യം ഉന്നയിച്ചു:

"എടീ, നിന്റെ ഡ്രസ്സുകളൊക്കെ എടുക്ക്"

അതെന്തിനാ -വല്ല ഫാൻസി ഡ്രസ്സ് ഷോ വല്ലതും നടക്കുന്നുണ്ടോ? കൊണ്ടുപോകാൻ?"

"പറഞ്ഞത് കേൾക്ക് നത്തേ...... ദാവണിയും പാവാടയും ചുരിദാറുമൊക്കെ വേണം. ഇസ്തിരിയിടാൻ കൊടുക്കാനാ."

"അതിനാണോ -എങ്കിൽ നൂറുവട്ടം സമ്മതം."

അവൾ തന്റെ മുറിയിലേക്ക് കയറി അലമാര തുറന്ന് വസ്ത്രങ്ങളെല്ലാം ഓരോന്നായി കിടക്കയിലേക്കിട്ടു. ജിത്ത് അതിൽ മികച്ചവ തിരഞ്ഞുകൊണ്ടിരുന്നു.

"ഒന്നു രണ്ടെണ്ണമാക്കേണ്ട - എല്ലാമെടുത്ത് ഇസ്തിരിയിട്ടോളൂ എനിക്ക് അലമാരയിൽ അടുക്കിവയ്ക്കാമല്ലോ."

"പുളുത്തി. ഇത് നടിക്ക് സ്റ്റേജിൽ മാറി മാറി അണിയാനുള്ള വേഷങ്ങളാ"

ഷൈനിക്കതിൽ വിസമ്മതമില്ലായിരുന്നു. ലേറ്റസ്റ്റ് മോഡൽ ഒരു ജോടി ചുരിദാർ അവൾ പുറത്തേക്കെടുത്ത് ഉയർത്തിക്കാട്ടി:

"ഇത് ആ ചേച്ചിക്ക് നന്നായി ചേരും."

ജിത്ത് ഇണങ്ങിയതും ഭംഗിയാർന്നതുമായ വസ്ത്രങ്ങൾ ശേഖരിച്ച് ഒരു ബാഗിലാക്കി. കൂടെ തന്റെ ഡ്രസ്സുകളും കുത്തിനിറച്ചു. അവൻ തേപ്പു കടയിലേക്ക് കുതിച്ചു.

നിന്നു തിരിയാൻ സമയം കിട്ടിയിരുന്നില്ല ജിത്തിന്.

കോസ്റ്റ്യൂംസ് ഐറ്റംസുകളൊക്കെ റെഡിയായിട്ടുണ്ട്. മേക്കപ്പ്മാനെ കിഷോറാണ് പരിചയപ്പെടുത്തി തന്നത്.

ശബ്ദവും വെളിച്ചവും സ്റ്റേജും നിലവിലുണ്ട്. സ്പോട്ട് ലൈറ്റും മറ്റു ക്രമീകരണങ്ങൾക്കുമായി രണ്ടുപേരെ നിയോഗിച്ചുകഴിഞ്ഞു.

വീഡിയോഗ്രാഫറെ ഉറപ്പു വരുത്തിയിട്ടുണ്ട്. അതിനും പുറമെ രംഗ പശ്ചാത്തലമൊരുക്കാൻ ഓർഡർ കൊടുത്ത രണ്ട് കട്ടൗട്ടുകൾ കൊണ്ടു വരേണ്ടതായിട്ടുണ്ട്.

നാടകാവതരണം പത്തുമണിക്കാണ് പബ്ലിസിറ്റി ചെയ്തിരിക്കുന്നത്.

നിശ്ചിത സമയത്ത് കർട്ടൻ ഉയരാൻ കേവലം ഒരു മണിക്കൂർ മാത്രം.

ജിത്തും ഗോപുവും ആഹാരം കഴിച്ചെന്നു വരുത്തി രണ്ടു മണിക്കൂർ മുമ്പേ ഓടിപ്പിടഞ്ഞ് വന്നിരുന്നു.

വയലിനിസ്റ്റും ഹാർമോണിസ്റ്റും തബലിസ്റ്റുമൊക്കെ ഏഴുമണിക്കെത്തി. സംഗീതത്തിനായി റിഹേഴ്സൽ തുടങ്ങിയിരുന്നു.

മ്യൂസിക് കഴിഞ്ഞ് വേദിക ഷൈനിയോടൊപ്പം അമ്പലപ്പറമ്പിലെത്തി. അവർ കുറച്ച് നേരം വള, ചാന്തുപൊട്ട് സ്റ്റാളുകളിൽ കറങ്ങി നടന്നു.

സമയം ഒമ്പതര.

നടി ദേവിക ഇനിയുമെത്തിച്ചേർന്നിട്ടില്ല!

ജിത്ത് പകച്ചുപോയി. അവന്റെ ഉള്ള് പടപടാന്ന് മിടിച്ചുകൊണ്ടിരുന്നു. അതേപോലെ ഗോപുവിന്റെയും.

വന്നിട്ടു വേണം മേക്കപ്പിടാനും ഉടുത്തൊരുങ്ങാനും. അതിനു തന്നെ അരമണിക്കൂർ വേണ്ടിവരും.

സമയം പത്തുമണിയോടടുക്കുന്നു.

കാണികൾ ഒച്ചയിടാനും കൂവാനും തുടങ്ങിയിരുന്നു.

ജിത്തിന് ആധിയായി. ഉള്ളം പിടഞ്ഞു.

വിളിച്ചു നോക്കാൻ അവളുടെ കൈവശം ഫോണില്ല. പിന്നെ ഏതു നമ്പറിലേക്ക് വിളിച്ചാലാണ് അവളുമായി ബന്ധപ്പെടാൻ കഴിയുക!

പെട്ടെന്നാണ് അവനോർമ്മ വന്നത്. അവൾ ആന്റപ്പൻ ചേട്ടനെ വിളിച്ച നമ്പർ ഫോണിൽ കിടപ്പുണ്ട്. അയൽവാസിയുമാണല്ലോ...

ജിത്ത് പോക്കറ്റിൽ നിന്ന് ഫോണെടുത്ത് കോൾ ലിസ്റ്റ് പരിശോധിക്കാനായി ഓൺ ചെയ്തു.

സ്വിച്ച് ഓഫ്!

സ്ക്രീൻ അന്ധകാരക്കുഴിയിൽ കുടുങ്ങിക്കിടന്നു. ചാർജ്ജില്ല. പ്ലഗ്ഗിൽ കുത്തിവയ്ക്കാൻ നേരത്തെ വിചാരിച്ചിരുന്നതാണ്. തിരക്കിനിടയിൽ മറന്നുപോയിരുന്നു.

അവൻ നെറ്റിത്തടത്തിൽ കൈപ്പടം അടിച്ച് സ്വയം ശപിച്ചുനിന്നു.

എന്തുകൊണ്ടായിരിക്കണം അവൾ ഇത്രയും വൈകുന്നത്. വണ്ടി കിട്ടാൻ താമസം നേരിട്ടിരിക്കുമോ?

അല്ലെങ്കിൽ കുട്ടിയുടെ ദീനം ഓർക്കാപ്പുറത്ത് ഗുരുതരമായോ? അതുമല്ലെങ്കിൽ കുട്ടിക്ക് മരണം സംഭവിച്ചിരിക്കുമോ!

ജിത്തിന്റെ ചിന്ത നാനാവഴിയിലൂടെ ഓടിനടന്നു.

കർട്ടന് പുറത്ത്, മൈതാനത്തെ പൂഴിമണലിൽ കുത്തിയിരിക്കുന്ന ആസ്വാദകവൃന്ദം അസ്വസ്ഥരായിട്ടുണ്ട്.

കലിപ്പിൽ പെരുമ്പറയിട്ട അവരുടെ ആരവം ഉച്ചഭാഷിണിയിലൂടെ ഒലിച്ചിറങ്ങുന്ന ശബ്ദശീലുകളെ ഉലച്ചുകൊണ്ട് മുന്നേറുകയാണ്.

സമയചക്രം ഓടിക്കൊണ്ടിരുന്നു.

പതിനഞ്ചു മിനിറ്റുകൂടി ഓടി കടന്നുപോയി.

നടി ഇനിയും എത്തിയിട്ടില്ല!

ഉദ്വേഗജനകമായ നിമിഷങ്ങൾ!

ക്ഷമ നശിച്ച പ്രേക്ഷകർ കൂക്കിവിളിക്കുന്നു!

രംഗം ശാന്തമാക്കുവാൻ ഗോപു അനൗൺസ്മെന്റ് തൊടുത്തുവിട്ടു.

സ്നേഹം നിറഞ്ഞ സഹോദരീ സഹോദരങ്ങളെ! കലാസ്നേഹികളെ.... ഏതാനും നിമിഷങ്ങൾക്കകം നാടകം ആരംഭിക്കുകയാണ്. അതുവരെ നിങ്ങളെല്ലാവരും നിശ്ശബ്ദരായിരുന്ന് ഞങ്ങളോട് സഹകരിക്കണമെന്ന് അഭ്യർത്ഥിച്ചുകൊള്ളുന്നു.

ജിത്ത് ആകമാനം തീപ്പടർന്ന് നിൽക്കുകയാണ്.

എന്തുചെയ്യണമെന്ന് ഒരു നിശ്ചയവുമില്ലായിരുന്നു. എല്ലാവരും തന്നെ മേക്കപ്പുമിട്ട് വേഷം മാറി നിൽക്കുകയാണ്. എന്നാലവൻ മുഖത്ത് ഛായംപോലും തേച്ചിട്ടില്ല.

ഗോപു വെപ്രാളത്തോടെ ജിത്തിനെ സമീപിച്ചു:

"എടാ നേരം അതിക്രമിച്ചു. നടി ഇനിയും എത്തിയില്ലല്ലോ. നമുക്ക് പോയൊന്ന് അന്വേഷിച്ചു നോക്കിയാലോ?"

"ഞാനും അങ്ങനെ തന്നെ വിചാരിച്ചിരിക്കുകയാണ്. വാ പോകാം."

ഇരുവരും ഗ്രീൻ റൂമിലൂടെ പുറത്തേക്കിറങ്ങി വണ്ടി സ്റ്റാർട്ട് ചെയ്ത് ചൊവ്വരയിലേക്ക് കുതിച്ചു.

എത്രത്തോളം വേഗതയിൽ പറന്നാലും മുപ്പത്തഞ്ച് മിനിറ്റിൽ കുറയാത്ത സമയം വേണം അവിടെയെത്താൻ.

സ്ഥലത്തെത്തും മുൻപ് ഒരു റെയിൽവേ ഗേറ്റ് തരണം ചെയ്യേണ്ടതുണ്ട്. ഗേറ്റ് അടയ്ക്കല്ലേ എന്ന് പ്രാർത്ഥിച്ചുകൊണ്ട് അവർ അങ്ങോട്ട് നീങ്ങിയത്.

കഷ്ടകാലത്തിന് അവിടെയെത്തിയതും ഗേറ്റ് അടഞ്ഞതും ഒരുമിച്ചായിരുന്നു.

ഹാവൂ - അവന്റമ്മേടെ പതിനാറ്! ജിത്ത് ആരോടെന്നില്ലാതെ ചൊറിഞ്ഞു.

ഗോപു സഹകാരികളോട് നടി ഇതിനോടകം എത്തിയിട്ടുണ്ടോയെന്ന് വിളിച്ചന്വേഷിച്ചു.

ഇല്ലെന്നും ജനങ്ങൾ കല്ലേറ് തുടങ്ങിയെന്നുമാണ് കിട്ടിയ മറുപടി.

കാതടിപ്പിക്കുന്ന ഗർജ്ജനത്തോടെ ട്രെയിൻ കടന്നുപോയി. എന്നിട്ടും വാച്ചർ ഗേറ്റ് തുറക്കാനുള്ള ഭാവമില്ല.

“ഗേറ്റ് തുറക്ക്, വണ്ടിപോയത് കണ്ടില്ലേ? ഉറങ്ങിപ്പോയോ?

ഗോപു ഗേറ്റ് കീപ്പറോട് കയർത്തു.

“ വണ്ടി ഒന്നുകൂടി പോകാനുണ്ട്.” കോട്ടുവായിട്ടുകൊണ്ട് അയാൾ അറിയിച്ചു.

ഇരുവരും അക്ഷമയുടെ പാരമ്യത്തിലെത്തിയിരുന്നു.

അടുത്ത ട്രെയിനും കൂടി കടന്നുപോയതോടെ ജിത്ത് പാളം മുറിച്ച് പാഞ്ഞു.

ദേവികയുടെ വീടിന്റെ മുറ്റത്തു ചെന്നാണ് ബൈക്ക് നിന്നത്.

പുറത്ത് ലൈറ്റൊന്നുമില്ലായിരുന്നു. ഗോപു വരാന്തയിലേക്ക് കയറി മൊബൈൽ ടോർച്ചടിച്ചു നോക്കി.

കതക് താഴിട്ടു പൂട്ടിയിരിക്കുകയാണ്! അകത്ത് ആരും തന്നെയില്ലെന്ന ലക്ഷണം.

“ഇവിടെ ആളും അർത്ഥവുമൊന്നുമില്ല.” ഗോപു ജിത്തിനെ നോക്കി:

“ഹോസ്പിറ്റലിൽ പോയൊന്ന് അന്വേഷിച്ചാലോ?”

“ഏതു ഹോസ്പിറ്റലിലാണെന്നു വച്ചാ? അന്വേഷിച്ചുവരുമ്പോഴേക്കും നേരം വെളുക്കും. നമുക്ക് അപ്പുറത്തെ വീട്ടിൽ ചെന്ന് തിരക്കാം.”

ഇരുവരും തൊട്ടടുത്ത വീട്ടിലേക്ക് നീങ്ങി. ആന്റപ്പന്റെ പുരയായിരുന്നു അത്. അവിടെയും പുറത്ത് വെളിച്ചം കണ്ടില്ലായിരുന്നു. ഗോപു കതകിൽ മുട്ടി വിളിച്ചു.

വിളിയൊച്ച കേട്ട് ആന്റപ്പന്റെ മകൻ ഇറങ്ങി വന്നു. "ആരാ?"

"ഞങ്ങൾ നടി ദേവികയെ അന്വേഷിച്ചിറങ്ങിയതാ. അവിടെയെങ്ങും ആരെയും കണ്ടതില്ല. വാതിൽ പൂട്ടിയിരിക്കുകയാണ്. എവിടെപ്പോയി അവര്? "

" കുട്ടിക്ക് സുഖമില്ല. അവരാശുപത്രിയിലായിരിക്കണം."

"ഏതാശുപത്രി? "

പയ്യൻ സ്ഥലവും ആശുപത്രിയുടെ പേരും പറഞ്ഞുകൊടുത്തു. ഇരുവരും അവിടെയെത്തുമ്പോൾ ഇരുപത് മിനിട്ടുകൂടി കടന്നുപോയിരുന്നു.

ഇതിനോടകം നിരവധി കോളുകൾ ഗോപുവിനെ തേടിയെത്തി. മറുപടിയൊന്നും കൊടുക്കാനില്ലാത്തതുകൊണ്ട് മനപ്പൂർവ്വം ഒന്നും തന്നെ അവൻ അറ്റന്റ് ചെയ്തില്ല.

ജിത്ത് വരാന്തയിലേക്ക് കയറി എൻക്വയറി കൗണ്ടറിൽ ചെന്ന് നഴ്സിനെ കണ്ട് എന്തൊക്കെയോ തിരക്കിക്കൊണ്ടിരുന്നു.

ജിത്തിന്റെ ജല്പനം കേട്ട് അകത്തേക്ക് തിരിഞ്ഞ നഴ്സ് അല്പം കഴിഞ്ഞ് അമ്മിണിയേയും കൂട്ടി പുറത്തേക്ക് വന്നു.

"ദേവികയെവിടെ? വിളിക്ക്."

അമ്മിണിയെ മുഖാമുഖം കണ്ടപ്പോൾ ജിത്ത് ചോദിച്ചു.

"ദേവിക എവിടെയെന്നോ? അവളിന്നലെ റിഹേഴ്സലിന് പോയിട്ട് ഇങ്ങോട്ടേക്കെത്തിയില്ലല്ലോ.

രാവിലെയും കാണാതായപ്പോൾ ഇനി നാടകം കഴിഞ്ഞിട്ടേ വരവുള്ളെന്നാ ഞാൻ വിചാരിച്ചത്."

അമ്മിണിയുടെ അഭിപ്രായം കേട്ടപ്പോൾ ജിത്തും ഗോപുവും മരവിച്ചു നിന്നുപോയി.

അമ്മിണി തുടർന്നു: "ചിലപ്പോൾ അവൾ വീട്ടിൽക്കേറി കിടപ്പുണ്ടാവും."

അതിന് അഭിപ്രായമൊന്നും ഉരിയാടാതെ ഇരുവരും ജീവച്ഛവം പോലെ ബൈക്കിനു നേരെ നടന്നു.

വീട്ടിലേക്ക് അവൾ ചെന്നിട്ടില്ല. അതിന്റെ തെളിവാണ് പൂട്ടുവീണ താഴ്.

ഇന്നലെ റിഹേഴ്സൽ കഴിഞ്ഞ് അവൾ അവിടെനിന്ന് ഇറങ്ങിയതാണല്ലോ!

കാറിൽ കയറുന്നതും കണ്ടതാണ്. എന്നിട്ടവൾ എവിടേക്കാണ് പോയത്?

ഒരു പിടി ചോദ്യങ്ങൾക്ക് ഉത്തരം കണ്ടെത്താനാകാതെ ഇരുവരും ശ്വാസം വിലങ്ങിനിന്നു.

15

അന്ന് രാത്രി ജിത്തിന് ഉറങ്ങാൻ കഴിഞ്ഞില്ല.

ജീവിതത്തിൽ ആദ്യമായിട്ടാണ് ഇത്രയും കടുത്ത മാനസികാഘാതം നേരിടേണ്ടി വന്നത്.

നാടകം അവതരിപ്പിക്കാൻ കഴിയാത്തതിലുള്ള കഠിന ദുഃഖം ഒരു വശത്ത്.

ദേവികയുടെ തീരോധാനം സംബന്ധിച്ച തീവ്രവേദന മറ്റൊരു വശത്ത്.

അനിഷ്ടസംഭവം അറിഞ്ഞപ്പോൾ തന്നെ നാടകം മാറ്റിവയ്ക്കുകയായിരുന്നു.

ഓഡിയൻസ് തങ്ങളെ പ്രകോപിപ്പിക്കാതിരിക്കാൻ പകരം ഒരു ഗാനമേള അറേഞ്ച് ചെയ്തു.

നാടകത്തിനായി പുറപ്പെട്ട നടി യാത്രയ്ക്കിടയിൽ ഒരു വാഹനാപകടത്തിൽപ്പെട്ടതിനെ തുടർന്ന് ഹോസ്പിറ്റലിലാണെന്നും നില ഗുരുതരമായി തുടരുകയാണെന്നും ആയതിനാൽ നാടകം അവതരിപ്പിക്കാൻ കഴിയാഞ്ഞതിൽ അങ്ങേയറ്റം ഖേദിക്കുന്നു എന്നു പച്ചക്കള്ളം പറഞ്ഞു. പ്രേക്ഷകഹൃദയങ്ങളുടെ സഹതാപം നേടിയെടുക്കാൻ കഴിഞ്ഞതുകൊണ്ടു മാത്രമാണ് അനിഷ്ടസംഭവങ്ങൾ കൂടാതെ തടിയൂരാൻ കഴിഞ്ഞത്.

ജനം ഒഴിഞ്ഞ് നേരം പുലരാറായപ്പോഴാണ് അമ്പലപ്പറമ്പിൽ നിന്ന് ജിത്തും ഗോപുവും മടങ്ങിയത്.

വീട്ടിൽ വന്നു കിടന്നു. ഒന്നു മയങ്ങാൻ പോലും കഴിഞ്ഞില്ല. അല്ലെങ്കിലും മയങ്ങണമെന്നു തോന്നിയില്ല. ജിത്തിന്റെ മനസ്സിൽ ദേവികയെക്കുറിച്ചുള്ള ചിന്തകൾ മാത്രമായിരുന്നു.

റിഹേഴ്സൽ കഴിഞ്ഞ് വീട്ടിലേക്ക് തന്നെയല്ലേ അവൾ മടങ്ങിയത്?

അല്ലെങ്കിൽ കാർ ഡ്രൈവർ അവളെ മറ്റു വല്ലയിടത്തേക്കും കൊണ്ടുപോയിക്കാണുമോ?

രാത്രിയാണ്. വാഹനത്തിൽ മറ്റാരും തന്നെയുണ്ടായിരുന്നില്ല!

സാഹചര്യം മുതലെടുത്ത അയാൾ അവളെ പീഡിപ്പിച്ചു കാണുമോ?

അങ്ങനെ സംഭവിക്കാമെങ്കിലും ആ രാത്രിക്കുശേഷം അവൾ രക്ഷപ്പെടേണ്ടതല്ലേ?

ആരാണീ ഡ്രൈവർ?

കറുത്തു തടിച്ച കുറ്റിത്താടിയുള്ള ഒരാള് എന്നല്ലാതെ അയാളെപ്പറ്റി കൂടുതലൊന്നും തന്നെ അറിയില്ല.

ആന്റപ്പന്റെ കൂട്ടുകാരനാണെന്നാണ് ഫോണിലൂടെ അറിയിച്ചത്.

ഏതാണീ ആന്റപ്പൻ?

ദേവികയുടെ അയൽക്കാരൻ എന്നതിനപ്പുറം മറ്റൊന്നും അറിയില്ല-കണ്ടിട്ടു പോലുമില്ല.

കക്ഷിയെ നേരിട്ടു കണ്ടാൽ കൂടുതൽ എന്തെങ്കിലും അറിയാൻ കഴിഞ്ഞേക്കും.

ജിത്ത് ബഡ്ഡിൽ നിന്നെഴുന്നേറ്റ് പല്ലുതേപ്പും കുളിയും കഴിച്ചുകൂട്ടി ദേവികയുടെ പുരയിലേക്ക് കുതിച്ചു.

വീട് അപ്പോഴും പൂട്ടിക്കിടക്കുകയാണ്.

ജിത്ത് തിരിഞ്ഞ് ആന്റപ്പന്റെ വസതിയിലേക്ക് നടന്നു. അവിടെ അയാൾ ഉണ്ടായിരുന്നില്ല.

“രാവിലെ വണ്ടിയുമെടുത്തു പോയി. ആലുവ റെയിൽവേ സ്റ്റേഷൻ പരിസരത്താണ് വണ്ടി പാർക്ക് ചെയ്യുന്നത്. അത്യാവശ്യമാണെങ്കിൽ അവിടെ ചെന്ന് കാണാം.” ആന്റപ്പന്റെ ഭാര്യ പറഞ്ഞു.

ആന്റപ്പനെ കാണുക തന്നെ വേണം. അതിനു തന്നെയാണ് ഇറങ്ങിപുറപ്പെട്ടിരിക്കുന്നത്. ക്ഷൗരം ചെയ്യാത്ത കറുത്തു തടിച്ച ഡ്രൈവറെ കൂടി കാണുകയാണ് പരമമായ ഉദ്ദേശ്യം.

ജിത്ത് റെയിൽവേസ്റ്റേഷൻ സ്ക്വയറിലെത്തി. തണൽ പറ്റി ബൈക്ക് വച്ചിട്ട് ആദ്യം കണ്ട ടാക്സിഡ്രൈവറോട് തിരക്കി: "ഈ ആന്റപ്പനെന്ന ടാക്സി ഡ്രൈവർ ആരാണ്?"

നിരനിരയായി നിറുത്തിയിട്ടിരുന്ന ടാക്സികളിലൊന്ന് ചൂണ്ടിക്കാട്ടിയിട്ട് അയാൾ പറഞ്ഞു. "നാലാമത്തെ വണ്ടിയാണ്."

ജിത്ത് ആ ടാക്സിക്കരികിലേക്ക് നടന്നു.

ഡ്രൈവർ സീറ്റിൽ ആളില്ലായിരുന്നു.

ടെലിഫോൺ ബൂത്തിന്റെ മറവിലേക്ക് മാറി നിന്നു സിഗററ്റ് പുകയ്ക്കുകയായിരുന്നു അന്നേരം ആന്റപ്പൻ.

ജിത്ത് അയാളെ സമീപിച്ചു: "ആന്റപ്പൻ ചേട്ടനാണോ?"

"അതെ എങ്ങോട്ടാ പോകേണ്ടത്? ആന്റപ്പൻ അന്വേഷിച്ചു.

"എങ്ങോട്ടും പോകാനല്ല, ഒരു സംശയം തീർക്കാനാണ്."

പറഞ്ഞോളൂ എന്നർത്ഥത്തിൽ അയാൾ ജിത്തിനെ നോക്കി.

"ചൊവ്വരയിലുള്ള ഒരു നാടകനടി ദേവികയെ ചേട്ടനറിയുമോ ?"

"നല്ല ചോദ്യം- അവളെന്റെ നാട്ടുകാരിയും അയൽവാസിയുമാണ്.....

എന്താ ചോദിച്ചത്?"

"ദേവിക മിനിഞ്ഞാന്ന് റിഹേഴ്സൽ കഴിഞ്ഞു പോയിട്ട് പിന്നെ കണ്ടിട്ടില്ല. വീട്ടിലും ആശുപത്രിയിലും അന്വേഷിച്ചിട്ട് അവിടെയും എത്തിയിട്ടില്ല. ചേട്ടൻ പറഞ്ഞുവിട്ട ഒരു കാറിലാണ് റിഹേഴ്സൽ കഴിഞ്ഞ് അവൾ പോയത്."

"അതെ. ഞാൻ കാറ് പറഞ്ഞുവിട്ടിരുന്നു- ഹരിദാസിന്റെ ഒരു അംബാസഡർ കാറ്."

"അതെ. കാറ് അതുതന്നെ. കറുത്തു തടിച്ച ഒരു മനുഷ്യനായിരുന്നു അതോടിച്ചിരുന്നത്. ശരിയല്ലേ"?

ആന്റപ്പൻ നെറ്റിചുളിച്ചു നിഷേധിച്ചു: "ഹേയ്, അല്ലല്ല. അത്ര കറുത്തിട്ടൊന്നുമല്ല ഹരിദാസ്. ഒരു നീർക്കോലി. ആഞ്ഞൊരു കാറ്റ് വീശിയാൽ പറന്നുപോകും."

ആന്റപ്പൻ മറ്റ് കാറുകൾക്ക് നേരെ പരതിയിട്ട് പിറുപിറുത്തു.

"അവൻ ഇത്തിരി മുമ്പ് ഇവിടെയെങ്ങാണ്ട് നിൽക്കുന്നത് കണ്ടതാണല്ലോ -പോയോ!" അയാൾ ഹരിദാസിന്റെ കാറ് കിടന്നിടത്തേക്ക് എന്തിനോക്കി. അത് കണ്ട് മറ്റൊരു ഡ്രൈവർ വിളിച്ചു പറഞ്ഞു.

"നോക്കേണ്ട. ഒരു കോള് വന്നിട്ട് അവനിപ്പോ പോയതേയുള്ളൂ."

"അവൻ തന്നെയല്ലേ വന്നത്? പിന്നെയാരാ? ആൻപ്പൻ തന്നോട് തന്നെ ചോദിച്ചുകൊണ്ടിരുന്നു."

"കറുത്ത മനുഷ്യനാണ്. താടിയൊന്നും വച്ചിട്ടില്ല." ജിത്ത് വെളിപ്പെടുത്തി.

"നിങ്ങൾ പോകാൻ വരട്ടെ, ഹരിദാസ് വന്നിട്ട് ചോദിക്കാമല്ലോ..."

"ആട്ടെ, ദേവികയെ അതിനുശേഷം കണ്ടില്ലെന്നാണോ പറഞ്ഞു വരുന്നത് ?"

"അതെ, ഇന്നലെ ഞങ്ങളുടെ നാടകമായിരുന്നു. സമയത്ത് കാണാതിരുന്നപ്പോൾ അവളെ തിരക്കി ഞങ്ങൾ വീട്ടിലും ആശുപത്രിയിലും പോയിരുന്നു. പക്ഷേ അവൾ അവിടെയെങ്ങും എത്തിയിരുന്നില്ല."

ആന്റപ്പൻ കുറെ നേരം ചിന്താധീനനായി നിന്നിട്ട് പിറുപിറുത്തു:

"ഉണ്ണിക്കുട്ടൻ ആശുപത്രിയിലായതിനാൽ അവൾ അവിടെ കാണുമെന്നാ ഞാൻ കരുതിയത്. മണ്ടത്തരം. ഞാനതന്വേഷിച്ചതുമില്ല."

കുറെ നേരം കഴിഞ്ഞപ്പോൾ ഹരിദാസ് കാറുമായെത്തി. അതും ഒരു അംബാസഡർ കാറുതന്നെയായിരുന്നു. വന്നയുടനെ ആന്റപ്പൻ അയാളെ സമീപിച്ചു:

''എടാ, നീയല്ലേ മിനിഞ്ഞാന്ന് ദേവികയെ കൊണ്ടുവരാൻ പോയത്?''

"എന്റെ പൊന്നാന്റപ്പൻ ചേട്ടാ എന്നോട് ക്ഷമിക്കണം. പറയാനത് വിട്ടുപോയി. ദേവികയെ കൊണ്ടുവരാമെന്നേറ്റത് ശരി തന്നെ. പക്ഷേ ആ സമയത്ത് എനിക്ക് കൊച്ചിക്കൊരു മലങ്കോള് ഒത്തുവന്നതുകൊണ്ട് ഞാനത് താമരവാസുവിനെ ഏല്പിച്ചാണ് പോയത്. അവൻ കൊണ്ടുപോന്നോളാമെന്ന് ഉറപ്പ് തന്നതു കൊണ്ട് പിന്നെ ആ കാര്യം മറ്റൊരാളെ ഏല്പിച്ചതുമില്ല. എന്താ, അവൻ പോയില്ലായിരുന്നോ?"

ഹരിദാസ് ചോദിച്ചു.

"അവൻ പോയിരുന്നു. പക്ഷേ ആള് സ്ഥലത്തെത്തിയിട്ടില്ല."

"എന്ത്? സ്ഥലത്തെത്തിയില്ലെന്നോ?" ഹരിദാസ് സ്തംഭിച്ചു നിന്നു.

''അതിരിക്കട്ടെ, അവനിപ്പോളെവിടെയുണ്ട്, താമരവാസു?'' ആന്റപ്പൻ ഉദ്വേഗം പൂണ്ടു.

"ഒരു പിടിയുമില്ല. ഇന്നലെ അവൻ സ്റ്റാന്റിലേക്ക് കയറിയിട്ടേയില്ല.

അവന്റെ വണ്ടിയും."

അതുകേട്ട് ആന്റപ്പൻ ശിലാപ്രതിമയെപ്പോലെ നിന്നുപോയി.

അയാളുടെ ചിന്തകൾ കാടുകയറി.

താമരവാസുവിന്റെ സ്വഭാവം ഒട്ടും ശരിയല്ല.

ആളൊരു താന്തോന്നിയാണ്. അവനോടിക്കുന്ന വാഹനം മറ്റാരുടേയോ ആണ്. സ്വന്തമെന്നു പറയാൻ അവന് ആരും തന്നെയില്ല. ഒറ്റത്തടി. കിട്ടുന്നത് മുഴുവൻ കുടിച്ചു തീർക്കും. രാത്രിയായാൽ പെണ്ണുപിടിത്തം. അവനു പറ്റിയ പെണ്ണുങ്ങൾ രാത്രിയായാൽ പട്ടണത്തിൽ തേരാപാരാ വിലാസമാണ്. ചീട്ടുകളിയുമുണ്ട് കൂട്ടത്തിൽ. ഗുഡ്ഷെഡ്ഡിന്റെ മറവിലുള്ള മരച്ചോട്ടിലിരുന്നാണ് കളി. കളിച്ചു കിട്ടുന്ന ദിവസങ്ങളിൽ വണ്ടി എടുക്കാറില്ല. പന്ത്രണ്ടു മണിക്കൂറും ബാറിൽ തന്നെ.

കൈയിൽ പണമില്ലെങ്കിലോ നൈറ്റിലും ഡ്യൂട്ടി.

കളിച്ചു തോറ്റ ഒരു ദിവസം അവൻ ആന്റപ്പനോട് കുറച്ചു പണം കടം തരാൻ ആവശ്യപ്പെട്ടു. അയാളുടെ പോക്കറ്റിൽ പണം കിടപ്പുണ്ടെന്ന് അവനറിയാമായിരുന്നു. ബാങ്കിലടയ്ക്കാനുള്ള കാശായിരുന്നു അത്. ആന്റപ്പൻ അത് കൊടുത്തില്ലെന്നു മാത്രമല്ല കള്ളുകുടിക്കാനും പെണ്ണുപിടിക്കാനുമല്ലേയെന്ന് ചോദിച്ചുകൊണ്ട് കുറെ ചീത്ത പറയുകയുമുണ്ടായി. അതവന് പിടിച്ചില്ല. തിരിഞ്ഞു തന്തയ്ക്കു വിളിച്ചു. ആന്റപ്പൻ കൈയുയർത്തി ഒന്നു കൊടുക്കുകയും ചെയ്തു. അതിൽപിന്നെ അവൻ അയാളോട് മിണ്ടിയിട്ടേയില്ല.

"ദേവികയെ കൊണ്ടുവരാൻ അവനെ ഏൽപ്പിച്ച വിവരം എന്നെ അറിയിക്കാതിരുന്നത് എന്താണ്?

ഞാനറിഞ്ഞിരുന്നുവെങ്കിൽ അവനെ ഒഴിവാക്കാമായിരുന്നല്ലോ?"

"ഓട്ടത്തിനിടയിൽ ഞാനത് പറയാൻ വിട്ടുപോയി ആന്റപ്പൻ ചേട്ടാ" അതായിരുന്നു ഹരിദാസിന്റെ മറുപടി.

"രണ്ടു ദിവസമായല്ലോ അവളെ കാണാതായിട്ട്. താമരവാസുവിനെ എനിക്ക് വിശ്വാസവുമില്ല."

"എനിക്ക് വല്ലാത്ത ഭയം തോന്നുന്നു. നമുക്ക് പോലീസിൽ ഒരു പരാതി കൊടുത്താലോ?"

ജിത്തിനെ മറ്റൊരു സ്ഥലത്തേക്ക് മാറ്റിനിർത്തി ആന്റപ്പൻ തന്റെ അഭിപ്രായം അവനെ അറിയിച്ചു.

"ശരിയാണ് എനിക്കും അങ്ങനെ തന്നെയാകാമെന്ന് തോന്നുന്നു."

ജിത്ത് ഒരു ഷോപ്പിൽ നിന്നും രണ്ട് ഷീറ്റ് പേപ്പർ വാങ്ങി തിരിച്ചു വന്നു. സ്റ്റേഷനിലേക്ക് സമർപ്പിക്കാനായി ദേവികയെ കാണാതായ വിവരം സന്ദർഭങ്ങൾ ചൂണ്ടിക്കാട്ടി വിശദമായി ഒരു പരാതി കാറിലിരുന്ന് തയ്യാറാക്കി.

ഇരുവരും ചേർന്നാണ് പോലീസ് സ്റ്റേഷനിലേക്ക് പോയത്.

സബ് ഇൻസ്പെക്ടർ മുമ്പാകെ പരാതി ഹാജരാക്കി.

16

ആന്റപ്പന്റെയും ജിത്തിന്റെയും സംയുക്ത പരാതി പ്രകാരം സബ് ഇൻസ്പെക്ടർ കോശീതരകൻ കേസ് ചാർജ്ജ് ചെയ്ത് അന്വേഷണം തുടങ്ങി.

ജിത്തിന്റെ മൊഴിപ്രകാരം ഹരിദാസിനെ സ്റ്റേഷനിലേക്ക് വിളിച്ചു വരുത്തി ചോദ്യം ചെയ്തു.

അയാളുടെ വെളിപ്പെടുത്തലിൽ നിന്നു താമരവാസുവാണ് ദേവികയെ കടത്തിക്കൊണ്ടുപോയതെന്ന നിഗമനത്തിൽ ഇൻസ്പെക്ടർ എത്തിച്ചേർന്നു.

താമരവാസുവിനെ തേടി പോലീസുകാർ ടാക്സി സ്റ്റാൻഡിൽ വട്ടമിട്ട് അലഞ്ഞിട്ടും കണ്ടെത്താനായില്ല.

അയാളോടിച്ചിരുന്ന വാഹനം സ്വന്തമല്ലെന്നറിഞ്ഞപ്പോൾ പ്രസ്തുത വാഹനത്തിന്റെ ഉടമയെ അന്വേഷണ ഉദ്യോഗസ്ഥൻ അന്വേഷിച്ചിറങ്ങി.

ദൂരെയെങ്ങും പോകേണ്ടതായി വന്നില്ല. നഗരപ്രാന്തത്തിൽ തന്നെയാണ് ഉടമയുടെ ഗൃഹം.

വലിയ ബിസ്സിനസ്സൊക്കെ നോക്കിനടത്തിയിരുന്ന ഉടമ അവയെല്ലാം മക്കൾക്കായി പങ്കുവെച്ചു കൊടുത്ത് വിശ്രമജീവിതം നയിച്ചുപോരുകയായിരുന്നു.

വീട്ടിൽ ചെന്നപ്പോൾ അവിടെ ആരുമില്ലായിരുന്നു. വീട് പൂട്ടിക്കിടക്കുകയായിരുന്നു.

പരിസരവാസികളോട് അന്വേഷിച്ചപ്പോൾ തിരുവനന്തപുരത്തുള്ള

മകളുടെ ശ്വശുരഗൃഹത്തിലേക്ക് പോയിരിക്കുകയാണെന്നാണ് അറിയാൻ കഴിഞ്ഞത്.

ടാക്സിയിൽതന്നെയായിരിക്കുമോ അവർ കൂട്ടത്തോടെ പോയിരിക്കുന്നത്?

എന്നാണ് പോയതെന്നും ഡ്രൈവർ ആരായിരുന്നുവെന്നും ഇൻസ്പെക്ടർ തിരക്കുകയുണ്ടായി.

പോയത് രണ്ടു ദിവസം മുമ്പായിരുന്നെന്നും രാത്രിയായിരുന്നുവെന്നതിനാൽ കാണാൻ കഴിഞ്ഞില്ലെന്നും അറിയിച്ചതോടെ കോശീതരകൻ അവിടെ നിന്നും മടങ്ങി.

രണ്ട് ദിവസം കൂടി കാത്തിരിക്കുക.

എന്നിട്ടും ആളെത്തിയില്ലെങ്കിൽ എവിടെയാണെന്നു വച്ചാൽ അവിടെ ചെന്ന് പൊക്കുക! ഇൻസ്പെക്ടർ അങ്ങനെയൊരു തീരുമാനത്തിലെത്തി.

ഇതിനിടയിൽ ഉണ്ണിക്കുട്ടന്റെ അസുഖം മാറി അമ്മിണി വീട്ടിലെത്തിയിരുന്നു. അവർ കഥകളെല്ലാം അറിഞ്ഞുകഴിഞ്ഞപ്പോൾ ഇടിയും നിലവിളിയുമായി. ഇരിക്കപ്പൊറുതിയില്ലാതെ കൊച്ചുമോന്റെ കൈയും പിടിച്ച് അവർ നാലാംമൈലിലെ യുവചേതനയിൽ വന്നെത്തി.

ക്ലബ്ബിൽ അന്നേരം ആരുമില്ലായിരുന്നു.

ചോദിച്ചും പറഞ്ഞും ജിത്തിന്റെ വീട് കണ്ടെത്തി. ജിത്ത് അന്നേരം വീട്ടിലുണ്ടായിരുന്നു.

ജിത്ത് നടന്ന സംഭവങ്ങളൊക്കെ മനോവിഷമത്തോടെ അവരെ അറിയിച്ചു.

ഗോമതിയമ്മയ്ക്കും ഷൈനിക്കും സംഭവത്തിന്റെ നിജസ്ഥിതി അറിയില്ലായിരുന്നു. സ്റ്റേജിൽ അനൗൺസ് ചെയ്തതിൻപ്രകാരം ദേവികയ്ക്ക് ആക്സിഡന്റ് പിണഞ്ഞു എന്നുമാത്രമാണ് അവർ ധരിച്ചിരുന്നത്. കാര്യങ്ങളുടെ ഗൗരവം അറിഞ്ഞതോടെ പരിഭ്രമിക്കുകയുമുണ്ടായി.

സ്റ്റേഷനിൽ പരാതി കൊടുത്തിട്ടുണ്ടെന്നും അന്വേഷണം നടത്തി ചുരുങ്ങിയ നാൾക്കുള്ളിൽ ദേവികയെ കണ്ടെത്താനാവുമെന്നും ജിത്ത് സമാധാനിപ്പിച്ചു.

എന്നിട്ടും അമ്മിണിക്ക് സമാധാനമായില്ല. അതിരില്ലാത്ത ആശങ്കയും ഹൃദയം നുറുങ്ങുന്ന വേദനയുമായി അവർ കൊച്ചുമകന്റെ കൈയും പിടിച്ച് തിരിച്ചുപോയി.

രണ്ടു ദിവസം കഴിഞ്ഞ് ഇൻസ്പെക്ടർ കോശീതരകൻ മെയിൻ റോഡിലൂടെ ജീപ്പുമായി പോകുകയായിരുന്നു. ടാക്സിയുമായി എതിരേ വന്ന ഡ്രൈവർ ജീപ്പിന് കൈകാണിച്ചു.

ജീപ്പ് ബ്രേക്കിട്ടു. ഡ്രൈവർ ഇറങ്ങിച്ചെന്ന് എസ്ഐയുടെ കാതിൽ എന്തോ അടക്കം പറഞ്ഞു.

ജീപ്പ് റെയിൽവേ സ്റ്റേഷൻ ചത്വരത്തിലേക്ക് പറന്നു.

ടാക്സികൾ നിരന്നു കിടന്നിരുന്നു

അതിലൊന്നിൽ നിന്നു കോശീതരകൻ ഒരാളുടെ ഷർട്ടിനു കുത്തിപ്പിടിച്ച് പുറത്തേക്കിട്ടു.

താമര വാസുവായിരുന്നു.

ചോദിക്കാനും പറയാനും നിന്നില്ല. ഇൻസ്പെക്ടർ അയാളെ പൊക്കിയെടുത്ത് ജീപ്പിനുള്ളിലേക്കിട്ട് വണ്ടിയോടിച്ച് സ്റ്റേഷനിലേക്ക് പോയി.

ലോക്കപ്പ് മുറിയായിരുന്നു താമരവാസുവിന് കിട്ടിയ ഇടം.

നാലെണ്ണം പൊട്ടിച്ചിട്ടാണ് ഇൻസ്പെക്ടർ അയാളെ ചോദ്യം ചെയ്തത്.

"പറയെടാ, വ്യാഴാഴ്ച അർധരാത്രിയിൽ ദേവികയെയും കൊണ്ട് നീ എങ്ങോട്ടാണ് പോയത്?"

"അർധരാത്രിയിലോ? എതു ദേവിക?" ഒന്നും അറിയാത്തതുപോലെ അയാൾ തിരിച്ചു ചോദിച്ചു.

മറുപടി ഇൻസ്പെക്ടറുടെ ചുരുട്ടിപ്പിടിച്ച മുഷ്ടികൊണ്ടായിരുന്നു. താമരവാസു വേച്ചുപോയി.

"ഇപ്പോൾ മനസ്സിലായോടാ- ടാക്സി ഡ്രൈവർ ആന്റപ്പന്റെ അയൽവാസിയായ നാടകനടി ദേവികയെ? നീ എങ്ങോട്ടേക്കാണ് അവളെ കൊണ്ടുപോയത്."

"എനിക്കറിയില്ല സാറേ. ഞാനവളെ അറിയുകപോലുമില്ല."

പറഞ്ഞുതീർന്നതും ഇൻസ്പെക്ടർ വാസുവിന്റെ നാഭിക്കുതൊഴിച്ചതും ഒരുമിച്ചായിരുന്നു.

'അമ്മേ' യെന്നു വിളിച്ച് അടിവയറ്റിൽ കൈപൊത്തി അയാൾ കുറെ നേരം ഇരുന്നുപോയി.

"എഴുന്നേൽക്കെടാ... നടന്ന കാര്യങ്ങൾ അതേപോലെ പറഞ്ഞാൽ

തൊഴി കുറച്ച് കൊണ്ടാൽ മതിയാകും." ഇൻസ്പെക്ടർ ഗർജ്ജിച്ചു.

"ദേവികയെ അറിയില്ലപോലും ! വ്യാഴാഴ്ച അർധരാത്രി നാലാം മൈലിൽ ചെന്ന് നടിയെ കൂട്ടിക്കൊണ്ട് വരണമെന്ന് ആരെങ്കിലും നിന്നോട് പറഞ്ഞിരുന്നോ?

"ഉവ്വ് ഹരിദാസ് പറഞ്ഞിരുന്നു. പക്ഷേ എനിക്ക് പോകാൻ കഴിഞ്ഞില്ലായിരുന്നു."

"പോകാൻ കഴിഞ്ഞില്ലെന്നോ -പിന്നെ ആരാണെടാ അവളെ കൂട്ടിക്കൊണ്ടുപോയത് ?"

"അത് എനിക്കറിയില്ല സാറേ," അയാൾ പറഞ്ഞു.

"നിനക്കറിയില്ലെന്നോ? അയാളുടെ നിഷേധം കേട്ട് ഇൻസ്പെക്ടർ പല്ല് ഞെരിച്ചു. ക്രോധം ഇരട്ടിച്ചു. പിന്നെ കൈ വേദനിക്കും വരെ തൊഴിച്ചുകൊണ്ടിരുന്നു.

"സത്യം പറഞ്ഞോ- നീ അവളെ എങ്ങോട്ടേക്കാണ് കൊണ്ടുപോയത്?" മറുപടി കിട്ടും വരെ ഇൻസ്പെക്ടർ അയാളെ മർദ്ദിച്ചുകൊണ്ടിരുന്നു - അയാളുടെ വായിൽ നിന്നും മൂക്കിൽ നിന്നും രക്തം ഒഴുകും വരെ.

സംസാരിക്കാൻ വാസു അശക്തനായിരുന്നു.

എങ്കിലും മർദ്ദനത്തെ ഭയന്ന് അയാൾ അവളെ വീടിന്റെ പടിക്കൽ കൊണ്ടുചെന്നു വിട്ടിട്ട് തിരിച്ചുപോന്നെന്നും പിന്നീട് തനിക്ക് ഒന്നും അറിയില്ലെന്ന് പറഞ്ഞൊപ്പിച്ചു. വൈകാതെ വാസുവിന്റെ ബോധം മറയുകയും ചെയ്തു.

ഇൻസ്പെക്ടറുടെ രോഷം എന്നിട്ടും ശമിച്ചിരുന്നില്ല. അദ്ദേഹം തന്റെ മുറിയിലേക്ക് കയറി കൈകൾ കോർത്ത് പിൻകഴുത്തിന് ഊന്നൽ കൊടുത്തുകൊണ്ട് കസേരയിലേക്ക് ചാഞ്ഞു.

അവളെ കൂട്ടിക്കൊണ്ടുപോയത് അവനല്ല പോലും !

കോപം ഉച്ചിയിലെത്താതിരിക്കുമോ? പച്ചക്കള്ളം!

സ്റ്റാൻഡിൽ നിന്ന് ഓടുന്ന ടാക്സി വാഹനങ്ങളിൽ ആകെ മൂന്ന് അംബാസഡർ കാറുകളെയുള്ളൂ.

അതിലൊന്ന് ഒരു വയോവൃദ്ധന്റേതാണ്. കണ്ടാൽ കഷ്ടം തോന്നുന്ന പാവം ഒരു കിഴവൻ.

വേറെ ഒന്ന് ഹരിദാസിന്റേതും മറ്റൊന്ന് താമരവാസുവിന്റേതുമാണ്.

താമരവാസുവിന്റെ നിറവും ശാരീരഘടനയും മൊഴിയിൽ പറഞ്ഞിരുന്നതിൽ നിന്ന് വ്യത്യസ്തവുമല്ല. ടാക്സി ഡ്രൈവർ ഹരിദാസ് അവനെ പറഞ്ഞുവിട്ടതാണെന്ന പ്രസ്താവ്യവും വസ്തുതയ്ക്ക് ബലം കൂട്ടുന്നു.

വാസുവിന്റെ സ്വഭാവദൂഷ്യം പരക്കെ കുപ്രസിദ്ധമാണ്.

മദ്യപിച്ച് വണ്ടി ഓടിച്ചതിന് ഒരു നാൾ ലൈസൻസ് കട്ട് ചെയ്തിട്ടുള്ളതാണ്. അനാശാസ്യപ്രവൃത്തിക്ക് സ്റ്റേഷനിൽ കിടന്നിട്ടുണ്ട്.

ഇപ്പോളവൻ ദേവികയെ കൊണ്ടുവിട്ടതായി സമ്മതിക്കുന്നു.

കൊണ്ടുവിട്ടെങ്കിൽ അവൾ പിന്നെ എവിടെപ്പോയി?

ഭൂമിയിൽ നിന്നും നിഷ്കാസനം ചെയ്തുവോ!

അല്ലെങ്കിൽ കനത്ത പ്രതിഫലം വാങ്ങി വേശ്യത്തെരുവിൽ വിൽപ്പനച്ചരക്കാക്കിയിരിക്കാം.

അതുമല്ലെങ്കിൽ കിട്ടിയ സന്ദർഭത്തിൽ അവളെ ഉപയോഗപ്പെടുത്തിയ ശേഷം കൊന്നു കുഴിച്ചുമൂടിയതാകാം.

വരട്ടെ... എന്തെന്ന് അവനെക്കൊണ്ട് തത്ത പറയുമ്പോലെ പറയിപ്പിക്കണം.

അരമണിക്കൂർ കഴിഞ്ഞിട്ടും താമരവാസുവിന് ബോധം വീണുകിട്ടിയില്ല. വെള്ളം കുടഞ്ഞ് വിളിച്ചെഴുന്നേൽപ്പിക്കാൻ നോക്കീട്ട് ഫലം തഥൈവ. ജീവൻ പോയോന്ന് ഭയപ്പെട്ടിരുന്ന പോലീസ് ഇൻസ്പെക്ടർ അവന്റെ നാസികയ്ക്കു കീഴെ കൈത്തലം മുട്ടിച്ചു നോക്കി.

മരിച്ചിട്ടില്ല. എങ്കിലും അതിന് തുല്ല്യം.

വൈകിയില്ല. വാസുവിനെ ജീപ്പിൽ കയറ്റി ആശുപത്രിയിൽ പ്രവേശിപ്പിച്ചു.

അന്നേരമാണ് ജിത്ത് സ്റ്റേഷനിലേക്ക് കടന്നു ചെന്നത്.

താൻ കൊടുത്ത പരാതിയിൽ ആളെ കണ്ടെത്താനായോ എന്നറിയാൻ അവൻ എസ്.ഐയുടെ മുറിയിലേക്ക് കടന്നുചെന്നു.

അന്വേഷണം പുരോഗമിക്കുന്നുണ്ടെന്നും കഥയുടെ ചുരുൾ വൈകാതെ അഴിയുമെന്നും ഇൻസ്പെക്ടർ അറിയിച്ചതോടെ ജിത്ത് അവിടെ നിന്നും പിൻവാങ്ങി.

സംഭവശേഷം വല്ലാത്ത നൈരാശ്യത്തിലും വിഷമത്തിലുമായിരുന്നു ജിത്ത്.

ഒരു ഫ്ളാറ്റ് സമുച്ചയത്തിന്റെ ഇന്റീരിയർ വർക്ക് അവനെ തേടി വന്നതായിരുന്നു. ദേവികയുടെ തിരോധാനം മനസ്സിനെ സദാ മഥിച്ചിരുന്നതിനാൽ അത് ഉപേക്ഷിക്കുകയാണുണ്ടായത്.

വേദികയെ കാണാനും അവളോടൽപ്പം കിന്നരിക്കാനും മനസ്സ് വെമ്പിയിരുന്നു.

പോലീസ് സ്റ്റേഷനിൽ നിന്നിറങ്ങി വീട്ടിലേക്ക് മടങ്ങുകയായിരുന്നു ജിത്ത്.

നാണുനായരുടെ കടയുടെ സമീപമെത്തിയപ്പോൾ അഞ്ചാറു പേർ കൂടിനിന്ന് എന്തൊക്കെയോ പിറപിറുക്കുന്നത് കണ്ടു.

എന്തായിരിക്കും? നായർക്ക് എന്തെങ്കിലും സംഭവിച്ചോ?

കുറച്ചു ദിവസമായി അയാൾക്കു നല്ല സുഖമില്ലായിരുന്നു.

ഒരു വിഷാദരോഗം!! കട തുറന്നിടാറുണ്ട്. പ്രവർത്തനം ശുഷ്കം- സഹായിയായിരുന്ന മുരുകനാണ് ഇപ്പോഴത്തെ മേൽനോട്ടം. ഭക്ഷണം ഒരുക്കേണ്ടതും അവൻ തന്നെ.

ഒരാളെക്കൊണ്ടു എത്രമാത്രം അതിനു കഴിയും?

നാണു നായർക്ക് പഴയതുപോലെ ചൊടിയും ഉത്സാഹവുമൊന്നുമില്ല. ചീട്ടുകളിയും നിലച്ചു. ഏതു നേരവും മുനിയെപ്പോലെ ധ്യാനനിരതനാണ്. ആരോടെങ്കിലും സംസാരിച്ചെങ്കിൽ ആയി.

ഒരു ദിവസം വണ്ടിയിൽ യാത്രചെയ്യവേ തെരുവിലൂടെ കൈനീട്ടി മകളും കൊച്ചുമകനും പോകുന്നത് കണ്ടുവത്രേ!

തിരിച്ചുപോരുമ്പോൾ തുടങ്ങിയതാണ് ഒരു മൗനം. അത് ഇന്നും തുടരുന്നു. രണ്ടു ദിവസമായി ആൾക്ക് തീരെ വയ്യ. പുറത്തേക്കിറങ്ങാറില്ല. കടയുടെ മുൻവശത്തേക്ക് പോലും വരാറില്ല. പുറകുവശത്തെ കട്ടിലിൽ ഒരേ കിടപ്പ്, ജീവച്ഛവം പോലെ!

രോഗമെങ്ങാനും മൂർച്ഛിച്ചുവോ?

സംഗതി അറിയാനായി ജിത്ത് കൂടിനിന്നവരുടെ സമീപത്തായി ബൈക്ക് ബ്രേക്ക് ചെയ്തു.

ഒന്നും ചോദിക്കേണ്ടിവന്നില്ല. അതിനു മുമ്പേ അവർ വലിയ വായിൽ ഓലിയിട്ടു. പക്ഷേ അത് നാണുനായരെ സംബന്ധിക്കുന്നതല്ല. ജിത്തിനെ ഞെട്ടിക്കാൻ പോന്നതായിരുന്നു.

"നീയറിഞ്ഞില്ലേ- രണ്ടാം മൈലിലെ പാലത്തിനടിയിൽ ഒരു ശവം

പൊന്തി വന്നിരിക്കുന്നു!"

ശേഷം അവരിൽ നിന്നു കേൾക്കാൻ ജിത്ത് ജാഗ്രതപ്പെട്ടു.

"ചാക്കുകെട്ട് തുളഞ്ഞ് മുടിയുടെ കുറച്ചുഭാഗം വെളിയിലാണ്. ശവം ഒരു സ്ത്രീയുടേതാകാനാണ് വഴി."

കേട്ടതും ജിത്തിന്റെ ഉള്ളൊന്നാന്തി.

ചാക്കുകെട്ടിനുള്ളിൽ സ്തീ ശരീരമാണെങ്കിൽ അത് ദേവികയായിരിക്കുമോ?

നിന്ന നിൽപ്പിൽ അവൻ വെട്ടിവിയർത്തു.

17

രണ്ടാം മൈലിലെ പാലത്തിനടിയിൽ തൂണിനോടു ചേർന്ന് ഒരു ശവം പൊന്തിയിരിക്കുന്നു.!

വാർത്ത നാടാകെ പടർന്നു.

കേട്ടവരൊക്കെയും അന്ധാളിപ്പോടെയും അമ്പരപ്പോടെയും അങ്ങോട്ടോടിക്കൊണ്ടിരുന്നു.

ചൂണ്ടലുമായി മത്സ്യം പിടിക്കാനെത്തിയ ബാല്യക്കാരാണ് വെള്ളത്തിനു മുകളിൽ മുകൾഭാഗം പൊങ്ങിവന്ന നിലയിൽ ചാക്കുകെട്ട് കണ്ടത്.

മത്സ്യം കൊത്തി പിന്നിയ ചാക്കിനുള്ളിൽ നിന്ന് പുറത്തേക്ക് നീണ്ടു കിടന്ന ചുരുൾമുടി കണ്ട് സംശയം തോന്നിയ പിള്ളേരാണ് നാടു മുഴുവനും വിളിച്ചുകൂവിയത്.

പോലീസും പാർട്ടിയും സ്ഥലത്തെത്തിക്കഴിഞ്ഞു.

കുളവാഴകൾ കൂട്ടമായി വ്യാപിച്ചു കിടന്ന പാലത്തിനടിയിലെ തോട്ടിലാണ് ചാക്കുകെട്ട് കാണപ്പെട്ടത്.

നീരൊഴുക്കിൽ ചാക്കുകെട്ട് ഉലഞ്ഞ് കൊണ്ടിരുന്നെങ്കിലും സ്ഥാനം വിട്ട് അത് ചലിച്ചിരുന്നില്ല.

രണ്ടുപേർ വെള്ളത്തിലേക്കിറങ്ങി കെട്ട് കരയിലേക്കെടുക്കുവാൻ ശ്രമം തുടങ്ങി.

ഇറങ്ങിയ ഇടം ആഴം കുറവായിരുന്നു.

പാലത്തിന്റെ രണ്ടു പില്ലറുകൾ തോടിന്റെ മദ്ധ്യത്തിൽ - അവിടെ

ഒന്നരയാൾ പൊക്കം വെള്ളമുണ്ടായിരുന്നു.

ഇറങ്ങിയവർ തുഴഞ്ഞുനിന്ന് കെട്ട് കരയിലേക്കടുപ്പിക്കാൻ ഉന്തി വിട്ടെങ്കിലും അവിടെ നിന്ന് അതനങ്ങുക പോലും ചെയ്തില്ല.

ചാക്ക് വരിഞ്ഞുകെട്ടിയ കയറിന്റെ അറ്റം പില്ലറിന്റെ അടിഭാഗത്തായി ബന്ധിപ്പിച്ചിരുന്നു.

മൂർച്ചയേറിയ കത്തികൊണ്ട് ബന്ധനപാശം അറുത്തുമാറ്റിയിട്ടും രണ്ടടി അകലം വിട്ട് നീങ്ങിയിരുന്നില്ല. ജലാശയത്തിനടിയിൽ ചളിയിൽ പുതഞ്ഞ് കിടന്ന വലിയൊരു പാറക്കല്ലിൽ ബന്ധിച്ചുകൊണ്ട് മറ്റൊരു കയർകെട്ട് കുരുങ്ങിക്കിടന്നിരുന്നു.

അതും അറുത്ത് മാറ്റിയശേഷമാണ് കെട്ട് കരയിലേക്ക് അടുപ്പിച്ചത്.

ജനം ചുറ്റും വളഞ്ഞ് നിന്നിരുന്നു.

അവരെയെല്ലാം വകഞ്ഞുമാറ്റി അകറ്റി നിർത്തിയിട്ടാണ് ചാക്കുകെട്ട് കരയിലേക്കെടുത്തിട്ടത്.

ചാക്കിന്റെ മൂടിയുടെ കെട്ട് മുറിച്ചുമാറ്റി ജഡം പുറത്തെടുത്ത് ഒരു പഴംപായിൽ കിടത്തി.

എല്ലാവരുടെയും കണ്ണുകളിൽ പരിഭ്രാന്തിയുടെ കനലുകൾ എരിഞ്ഞു നിന്നു.

ചിലരുടെ കണ്ഠങ്ങളിൽ നിന്ന് ആർത്തനാദം അപശബ്ദം പോലെ ചിന്നിച്ചിതറി.

ജിത്തും ഗോപുവും ആ മുഖത്തേക്ക് ഒന്നേ നോക്കിയുള്ളൂ.

അവരുടെ ഊഹം ശരിയായിരുന്നു!

ഫൈനൽ റിഹേഴ്സൽ കഴിഞ്ഞ് മടങ്ങിപ്പോയ ദേവികയുടെ ജീവനറ്റ ശരീരമായിരുന്നു അത്!

പിങ്ക് ബോർഡറിലുള്ള വെളുത്ത സാരിയും പിങ്ക് കളർ ജാക്കറ്റും അഴിഞ്ഞുലഞ്ഞാണ് കിടന്നിരുന്നത്.

ആ വസ്ത്രങ്ങൾ മാറ്റിവച്ച് പോലീസ് വെള്ളത്തുണികൊണ്ട് മൃതദേഹത്തിന്റെ നഗ്നത മറച്ചു.

ശവം അഴുകിയനിലയിലായിരുന്നു.

അടുത്ത് നിന്നവർ ദുർഗന്ധം കൊണ്ട് മൂക്ക് പൊത്തിപ്പിടിച്ചു.

പോലീസ് ഇൻക്വസ്റ്റിനുള്ള നടപടികൾ ആരംഭിച്ചു. ജഡം മലർത്തി

യിട്ടും ചരിച്ചുകിടത്തിയും ശരീരത്തിലെ പരിക്കുകൾ പരിശോധിച്ചുകൊണ്ടിരുന്നു.

മുറിപ്പാടുകളോ ചതവുകളോ ഒന്നും തന്നെ ശരീരത്തിലില്ലായിരുന്നു.

മെഷർമെന്റ് ടേപ്പ് കൊണ്ട് ഗാത്രം അളവുകൊണ്ട് തിട്ടപ്പെടുത്തി.

ഫ്ളാഷുകൾ ഇടയ്ക്ക് മിന്നിക്കൊണ്ടിരുന്നു.

പത്രറിപ്പോർട്ടർമാരും എത്തിക്കൊണ്ടിരുന്നു.

ഈ സമയത്താണ് അമ്മിണി കൊച്ചുമോന്റെ കൈയും പിടിച്ച് ഓടിക്കിതച്ച് അവിടെയെത്തിയത്.

മൃതശരീരത്തിൽ കണ്ണിമയ്ക്കാതെ നോക്കിനിന്ന അവർ കുറേ നേരം പ്രതിമ പോലെ നിന്നുപോയി.

പിന്നെ എന്റെ മോളെയെന്ന് വിളിച്ച് നെഞ്ചത്തടിച്ച് ആർത്തലച്ച് കരഞ്ഞുകൊണ്ട് കുഴഞ്ഞു വീണു.

വലയം ഭേദിച്ച് കൊച്ചുമകൻ ഉണ്ണിക്കുട്ടൻ നുഴഞ്ഞ് കയറി.

അവൻ ജഡം കെട്ടിപ്പിടിച്ച് "അമ്മേ അമ്മേ " യെന്ന് പറഞ്ഞ് ഒച്ച വച്ചു കരഞ്ഞുകൊണ്ടിരുന്നു.

കണ്ടുനിന്നവരുടെ കണ്ണുകളെ ഈറനണിയിക്കാൻ പോന്നതായിരുന്നു ആ ദൃശ്യം!

പോലീസ് ഉണ്ണിക്കുട്ടനെ അമ്മയുടെ ശരീരത്തിൽ നിന്ന് വേർപ്പെടുത്തി.

ഇൻക്വസ്റ്റ് തയ്യാറാക്കിക്കഴിഞ്ഞിരുന്നു.

ശരീരം പൂർണ്ണമായി മറച്ച് ഡെഡ്ബോഡി ആംബുലൻസിൽ കയറ്റി പോസ്റ്റ് മോർട്ടത്തിനായി ജില്ലാ ആശുപത്രിയിലേക്ക് കൊണ്ടുപോയി.

ദേവിക വധക്കേസ് ചാർജ്ജ് ചെയ്യപ്പെട്ടു.

സർക്കിൾ ഇൻസ്പെക്ടർ സേതുനാഥിനാണ് അന്വേഷണച്ചുമതല.

അദ്ദേഹം ആദ്യം സമീപിച്ചത് അമ്മിണിയെയായിരുന്നു.

താൻ, മകൾക്ക് തുണയായി രണ്ടു തവണ റിഹേഴ്സലിന് പോയിരുന്നതായും ഫൈനൽ റിഹേഴ്സലിന് പോകാനാകാതെ അന്നേരം ആശുപത്രിയിലായിരുന്നെന്നും, അന്നുമുതൽ മകളെ കാണാതായിയെന്നും മറ്റും വിശദമായി അവർ മൊഴി നൽകി. ആന്റപ്പനും ജിത്തും പരാതിയെഴുതി സ്റ്റേഷനിൽ കൊടുത്തിട്ടുണ്ടെന്നറിഞ്ഞതിനാൽ താൻ പിന്നെ അതിനു

വേണ്ടി മിനക്കെട്ടില്ലെന്നും പറയുകയുണ്ടായി.

''നാടക കമ്പനിക്കാരെക്കുറിച്ച് നിങ്ങളുടെ അഭിപ്രായമെന്താണ്."

ഇൻസ്പെക്ടർ തിരക്കി

"ഓ, അവരെക്കുറിച്ച് മോശമായ അഭിപ്രായം പറയാനൊന്നുമില്ല."

ഈ ഡ്രൈവർ ആന്റപ്പന്റെ സ്വഭാവം എങ്ങനെ ? വിശ്വസിക്കാവുന്ന കൂട്ടത്തിലാണോ.?

"എന്റെ അയൽവാസിയാണ്. വിശ്വസിക്കാം. അയാളെപറ്റി എല്ലാവർക്കും നല്ല അഭിപ്രായമാണുള്ളത്."

ഇൻസ്പെക്ടർ അവരുടെ മൊഴിയെടുത്തിട്ട് നേരെ യുവചേതനയിലേക്ക് തിരിച്ചു.

ജിത്ത് അന്നേരം അവിടെയുണ്ടായിരുന്നു.

ക്രൗര്യം മുറ്റുന്ന മുഖഭാവത്തോടെയാണ് അദ്ദേഹം ജിത്തിനെ നേരിട്ടത്.

യാതൊരു പരിചിതഭാവവും ആ നോട്ടത്തിൽ നിഴലിച്ചിരുന്നില്ല.

"നീയൊക്കെ നാടകം കളിച്ച് ഒരു പെണ്ണിന്റെ ജീവനാണ് ഇല്ലാതാക്കിയത്, അല്ലേടാ?"

സേതുനാഥിന്റെ ഇടിമുഴക്കം പോലെയുള്ള ശബ്ദം കേട്ടതോടെ ജിത്ത് വിരണ്ടുപോയി.

"പറയെടാ, നിങ്ങളാരൊക്കെക്കൂടിയാണ് അവളെ ഇല്ലായ്മ ചെയ്തത്?"

"സാറെ, ഞങ്ങൾക്കതിൽ യാതൊരു പങ്കുമില്ല." ജിത്ത് തുടർന്നറിയിച്ചു. റിഹേഴ്സൽ കഴിഞ്ഞ് അവരെ കൂട്ടിക്കൊണ്ടുപോകാൻ ഒരാൾ കാറുമായി വന്നിരുന്നു. അയാളാണ് ദേവികയെ കയറ്റിക്കൊണ്ടു പോയത്.

"എങ്ങോട്ട്"?

"ആശുപത്രിയിലേക്ക് പോകണമെന്നും പറഞ്ഞാണ് ഇറങ്ങിയത്."

"എന്നിട്ട് അവൾ അവിടെ എത്തിയോ?... എത്തിച്ചേർന്ന വിവരം നിങ്ങളെ അറിയിച്ചിരുന്നോ?

"ഇല്ല. അവളുടെ കൈവശം ഫോണില്ലായിരുന്നു."

"ഡ്രൈവറുമായി നിനക്കുള്ള ബന്ധം എങ്ങനെയാണ്?"

"ഒരു ബന്ധവുമില്ല സാർ. ഞാനയാളെ അറിയുകപോലുമില്ല."

"മരിച്ച പെൺകുട്ടിക്ക് അയാളെ അറിയാമായിരുന്നോ?"

"അങ്ങനെ ചോദിച്ചാൽ...." ജിത്ത് ഒന്നു പരുങ്ങി.

"പിന്നെയെങ്ങനെ ചോദിക്കണം?"

"അവൾക്കും അയാളെ അറിയില്ലെന്നാണ് തോന്നുന്നത്. ആന്റപ്പൻ ചേട്ടൻ പറഞ്ഞുവിട്ട വണ്ടിയാണെന്ന് ധരിച്ചാണ് അവളതിൽ കയറിയ ത്."

"അപ്പോൾ ആന്റപ്പൻ പറഞ്ഞുവിട്ട വണ്ടിയല്ലായിരുന്നോ അവിടെ യെത്തിയത്?"

"കൃത്യമായിട്ടും അറിയില്ല സാർ."

"കാറിന്റെ നമ്പർ ഏതാണ്?"

"നമ്പർ ശ്രദ്ധിച്ചില്ല. അതൊരു അംബാസഡർ ടാക്സിക്കാറായി രുന്നു'.'

"അതെന്താ നമ്പർ നോട്ട് ചെയ്യാതിരുന്നത്? പരിചയമില്ലാത്ത ഒരാൾ പാതിരാസമയത്ത് പരിചയമില്ലാത്തസ്ഥലത്ത് വാഹനവുമായി വരുമ്പോൾ അതിന്റെ നമ്പർ ശ്രദ്ധിച്ചില്ലെന്നു പറഞ്ഞാൽ അത് അക്ഷന്തവ്യമായ തെറ്റാണ്. അതോ നിങ്ങൾ മനഃപൂർവ്വം നമ്പർ വിഴുങ്ങിയതാണോ?

അതെന്തിനാണ് സർ. ഈ കേസന്വേഷണത്തിന്റെ വിജയം എന്റെ കൂടി താൽപ്പര്യമാണ്."

"ആണോ -ആത്മാർത്ഥമായും? എന്നെനിക്കു തോന്നുന്നില്ല.

ആസൂത്രിതമായി പ്ലാൻ തയ്യാറാക്കി നിന്റെ കെയറോഫിൽ വാഹനം നീ വിളിച്ചു വരുത്തിയതല്ലേയെന്ന് എനിക്ക് സംശയമുണ്ട്. ആ സ്ത്രീ കാറിൽ കയറുമ്പോൾ കൂടെ ആരാണ് അനുഗമിച്ചിരുന്നത്?"

"ആരും ഉണ്ടായിരുന്നില്ല. അവൾ ഒറ്റയ്ക്കാണ് പോയത്."

"അന്നേരം നിങ്ങൾ ആരൊക്കെയുണ്ടായിരുന്നു ഇവിടെ?"

"അഭിനേതാക്കളും ഓർക്കസ്ട്രാക്കാരുമുൾപ്പെടെ പതിനെട്ടോളം പേർ ഉണ്ടായിരുന്നു. "

"ഒപ്പം സഹേദരി ഷൈനിയും അവളുടെ കൂട്ടുകാരി വേദികയും അല്ലേ"

ജിത്തിന് ഉടനൊരു മറുപടി കൊടുക്കാനായില്ല.

"എന്താ, അവർ കൂട്ടത്തിലില്ലായിരുന്നോ?"

"ഉവ്വ് സാർ, പക്ഷേ മൂന്നുരംഗം കഴിഞ്ഞതോടുകൂടി അവർ വീട്ടിലേക്ക് മടങ്ങി."

"അന്ന് ഇവിടെ കൂടിയിരുന്ന എല്ലാവരോടും നാളെ സ്റ്റേഷനിലേക്ക് വരാൻ പറയണം. നീയും വേണം. സഹോദരിയെ ഒഴിവാക്കാം."

"അങ്ങനെയാവട്ടെ സാർ." ജിത്ത് വിനീതനായി പറഞ്ഞു.

ഇൻസ്പെക്ടർ ആലോചിച്ചിട്ട് തുടർന്നു:

"കാറിന്റെ നമ്പർ അറിയില്ല, ഡ്രൈവറെ കണ്ടാൽ തിരിച്ചറിയാമോ?"

"താഴെ കനത്ത ഇരുട്ടായതിനാൽ മുഖം വ്യക്തമായി കാണാൻ കഴിഞ്ഞില്ല. പോരെങ്കിൽ ആൾ കറുത്തിട്ടുമാണ്. എങ്കിലും ഒരു അവ്യക്ത ചിത്രം മനസ്സിലുണ്ട്. "

സേതുനാഥ് ഒന്നിരുത്തി മൂളിയിട്ട് മുന്നോട്ട് നടന്നു. പിന്നെ രണ്ടു ചുവടുവച്ച് തിരിഞ്ഞുനിന്നു: "അഴികളെണ്ണേണ്ടി വരും. കുറെനാൾ അകത്തു കിടക്കാം. അല്ലെങ്കിൽത്തന്നെ നിന്റെ പേരിൽ ഞാൻ വേറൊരു കേസ് ചാർജ്ജ് ചെയ്യുന്നുണ്ട്. അന്നേരം അടിച്ചു നിന്റെ എല്ലുകളെല്ലാം പറിച്ചെടുക്കുന്നുമുണ്ട്... നിന്റെ ഒരു പ്രേമം! ചവിട്ടിക്കുലുക്കികൊണ്ട് സർക്കിൾ ഇൻസ്പെക്ടർ നടന്നകന്നു.

ജിത്ത് കുറെ നേരം പകച്ചു നിന്നുപോയി!

മകളോടുള്ള പ്രണയം ഇൻസ്പെക്ടർ അറിഞ്ഞുകഴിഞ്ഞിരിക്കുന്നു. തമ്മിൽ അകലാനാവാത്തവിധം ഇരുവരും അടുത്തുകഴിഞ്ഞിരിക്കുന്നു.

ജിത്തിനെക്കൂടാതെ വേദികയ്ക്കോ വേദികയെക്കൂടാതെ ജിത്തിനോ ഒരു ജീവിതമില്ല.

ഈയിടെ വേദികയ്ക്ക് ഒരു ആലോചന വന്നിരുന്നു. ചെറുക്കൻ ഗസറ്റഡ് ഉദ്യോഗസ്ഥനാണ്. വരുമാനത്തിലധികം ഭൂസ്വത്ത്. പക്ഷേ പ്രായം ഏറെ കൂടുതൽ. ആ ഒരു കുറവേ സേതുനാഥ് കണ്ടുള്ളൂ. അഭിപ്രായം മകളോടാരാഞ്ഞപ്പോൾ ഞെട്ടിപ്പിക്കുന്ന വിവരങ്ങളാണ് പുറത്തു വന്നത്.

വേദികയ്ക്ക് ഒരാളെ ഇഷ്ടമാണെന്നും അയാളെക്കൂടാതെ ജീവിക്കാനാവില്ലെന്നും ഡാഡി ആ വിവാഹം നടത്തിക്കൊടുക്കണമെന്നുമായിരുന്നു അവൾ ഡാഡിക്കു മുന്നിൽ സമർപ്പിച്ച നിവേദനം.

ഒരേയൊരു മകളുടെ ഏതൊരാഗ്രഹവും തത്സമയം നടത്തിക്കൊടുത്തിരുന്നതാണ്.പക്ഷേ, മകളുടെ ഈ ആഗ്രഹം സഫലീകരിച്ചുകൊ

ടുക്കാൻ കുറെ ആലോചിക്കേണ്ടതായി വന്നു. അവസാനം സഹ ധർമ്മിണിയുടെ പ്രേരണയ്ക്കും മകളുടെ നിശ്ചയദാർഢ്യത്തിനും മുന്നിൽ അദ്ദേഹം കീഴടങ്ങുകയായിരുന്നു.

എങ്കിലും താനറിഞ്ഞ സത്യവും കൈക്കൊണ്ട നിലപാടും ജിത്തിന്റെ മുന്നിൽ പ്രദർശിപ്പിക്കാൻ സേതുനാഥ് കൂട്ടാക്കിയില്ല.

നടിയുടെ കൊലപാതകത്തിൽ നാടകസമിതിയിൽ ആർക്കെങ്കിലും പങ്കുണ്ടോയെന്ന് അദ്ദേഹം സംശയിക്കാതെയിരുന്നില്ല. ജിത്തിന്റെ മൊഴി മാത്രമേ എടുത്തിട്ടുള്ളൂ. മറ്റുള്ളവരുടെ മൊഴിയിൽ, മേൽപ്പറഞ്ഞവയിൽ നിന്നും വൈരുധ്യം കാണപ്പെടുകയാണെങ്കിൽ ചിത്രത്തിന്റെ സ്വഭാവം തന്നെ മാറും.

18

പറഞ്ഞിരുന്നതുപോലെ നാടകസമിതിയംഗങ്ങൾ പോലീസ് ഓഫീസിൽ ചെന്ന് സർക്കിൾ ഇൻസ്പെക്ടർ സേതുനാഥിനെ മുഖം കാണിച്ചു.

ഇൻസ്പെക്ടർ സേതുനാഥ് മാറി മാറി എല്ലാവരെയും ചോദ്യം ചെയ്തുകൊണ്ടിരുന്നു.

പലതും ചോദിച്ച കൂട്ടത്തിൽ നടി എപ്പോഴാണ് റിഹേഴ്സൽ ക്യാമ്പിൽ നിന്ന് മടങ്ങിയതെന്നും ആ സമയം നിങ്ങളവിടെയുണ്ടായിരുന്നോയെന്നും ഓർക്കസ്ട്രാവിഭാഗത്തോട് തിരക്കി.

പന്ത്രണ്ട് മണിക്കു മുമ്പേ റിഹേഴ്സൽ അവസാനിച്ചെന്നും തൊട്ടു മുമ്പായി നടിയെ കൊണ്ടുപോകാൻ ടാക്സിയെത്തിയെന്നും ദേവിക ബാഗുമെടുത്ത് മുറി വിടുന്നതാണ് കണ്ടതെന്നുമാണ് മ്യൂസിക് വിഭാഗം ബോധിപ്പിച്ചത്. അന്നേരം അവർ മുറിയിൽ തന്നെയുണ്ടായിരുന്നെന്നും ഗോപുവും ജിത്തും കിഷോറും പുറത്തേക്കിറങ്ങുന്നത് കണ്ടെന്നും അവർ കൂട്ടിച്ചേർക്കുകയുണ്ടായി.

ജിത്ത് നേരത്തെ സൂചിപ്പിച്ചതുപോലെ, മുകളിൽ നിന്ന് ഡ്രൈവറുടെ മുഖം അവ്യക്തചിത്രമായി ദർശിക്കുവാനേ കഴിഞ്ഞുള്ളൂവെന്നും മൂവരും മൊഴി നൽകി!

എന്നാൽ, മൂത്രമൊഴിക്കാനായി താഴേക്കിറങ്ങിയ മുരുകന്റെ മൊഴിയാണ് പ്രതിയുടെ കോലം സംബന്ധിച്ച ചില തെളിവുകളിലേക്ക് വെളിച്ചം വീഴ്ത്തിയത്.

അന്നു കണ്ട ഡ്രൈവർക്ക് ഏകദേശം മുപ്പത് വയസ്സ് തോന്നിക്കു

മെന്നും ആൾ കറുത്തിട്ടും തടിച്ചിട്ടുമാണെന്നും താടിയിൽ കുറ്റിരോമങ്ങൾ വളർന്നു നിൽപ്പുണ്ടെന്നും അറിയിച്ചതോടൊപ്പം അയാളുടെ ചെവിയിൽ ഇരുപത്തിയഞ്ചുപൈസ നാണയത്തുട്ടിന്റെ വലുപ്പത്തിൽ സ്റ്റീൽ പോലുള്ള വളയം തൂങ്ങിക്കിടപ്പുണ്ടെന്നും വലത്തെ കാതിനരികുവശം മൂന്ന് എന്ന അക്കത്തെ സൂചിപ്പിക്കും പോലെ നടുഭാഗം ഉള്ളിലേക്ക് വളഞ്ഞിരുന്നെന്ന് മുരുകൻ അഭിപ്രായപ്പെടുകയുണ്ടായി.

നടി റിഹേഴ്സൽ കഴിഞ്ഞ് പോയതിനു ശേഷം ഇരുപത് മിനുട്ട് നേരം തങ്ങളവിടെ തങ്ങി ഭാവിപരിപാടികൾ ചർച്ച ചെയ്തിട്ടാണ് മടങ്ങിയതെന്ന് ഗോപുവും കൂട്ടരും വ്യക്തമാക്കി.

എല്ലാവരെയും പറഞ്ഞു വിട്ടതിനുശേഷം സേതുനാഥ് രണ്ടു പോലീസുകാരെയും കൂട്ടി ഡ്രൈവർ ആന്റപ്പന്റെ അരികിലെത്തി.

അയാൾ മടക്കിക്കുത്തിയ മുണ്ട് അഴിച്ചിട്ട് സേതുനാഥിനെ തൊഴുതുനിന്നു.

എന്താണ് നിനക്ക് ദേവികയെക്കുറിച്ച് പറയാനുള്ളത്? അറിയുമോ നീ അവരെ? ഇൻസ്പെക്ടർ ചോദിച്ചു.

"ഉവ്വ് സാറെ. അന്ന് ദേവിക റിഹേഴ്സലിന് പോയത് എന്റെ വണ്ടിയിലായിരുന്നു. നാലാം മൈലിലെ ക്ലബ്ബിനു മുന്നിൽ ഞാനവളെ ഇറക്കിവിട്ടിട്ട് നേരെ സ്റ്റാൻഡിലേക്കു ചെന്നു. തിരിച്ചുകൊണ്ടുപോകാൻ എത്തണമെന്ന് അവൾ പറഞ്ഞിരുന്നെങ്കിലും എനിക്ക് സാധിച്ചില്ല. രാത്രി എട്ടുമണിക്ക് ഗുരുവായൂർക്ക് ഒരു യാത്ര പോകേണ്ടതുണ്ടായിരുന്നു. അവിടെ നിന്നും തിരിച്ചുപോരുമ്പോൾ മണി പതിനൊന്നര കഴിഞ്ഞിരുന്നു. ഇനിയും വീട്ടിലെത്തണമെങ്കിൽ ഒന്നരമണിക്കൂർ താണ്ടണം. അവിടെനിന്ന് ദേവിക പറഞ്ഞ സ്ഥലത്തെത്തണമെങ്കിലോ പിന്നെയും അരമണിക്കൂർ പിന്നിടണം. അത് അവൾക്കൊരു അസൗകര്യമായിരുക്കുമല്ലോ എന്ന് കരുതി ഒരു ചങ്ങാതി - ഹരിദാസിനോട് പന്ത്രണ്ട് മണിക്ക് ഇന്ന സ്ഥലത്തെത്തി ദേവികയെ കൂട്ടിക്കൊണ്ടുപോരണമെന്ന് ഫോൺ ചെയ്തറിയിക്കുകയുണ്ടായി. അവൻ പോകാമെന്ന് സമ്മതിക്കുകയും ചെയ്തു."

"എന്നിട്ടവൻ പോയോ?"

"ഇല്ല അതാണല്ലോ കുഴപ്പം മുഴുവനും വരുത്തിവച്ചത്. പറഞ്ഞുവച്ച സമയത്ത് ഹരിദാസിനൊരു ട്രിപ്പ് കിട്ടിയതിനാൽ അവൻ ആ വഴിക്ക് ഓടി. എന്നാൽ ഏല്പിച്ചിരുന്ന കാര്യം മറന്നിരുന്നില്ല. അവൻ പോകുന്നതിനു മുമ്പായി മറ്റൊരു ചങ്ങാതിയെ ചുമതലപ്പെടുത്തിയിരുന്നു."

'ആരാണ് പിന്നെ ആ ദൗത്യം ഏറ്റെടുത്തത്?"

"താമരവാസു. ഞാനറിഞ്ഞിരുന്നെങ്കിൽ സമ്മതിക്കില്ലായിരുന്നു."

"അതെന്താ?"

"ഞങ്ങളു തമ്മിൽ പാമ്പും കീരിയുമാണ്. അവന്റേത് വെടക്കു സ്വഭാവമാണ് സാറേ. പോരെങ്കിൽ രാത്രിയും."

"നിങ്ങൾ എപ്പോഴാണ് ഗുരുവായൂരിൽ നിന്ന് വീട്ടിലെത്തിയത്? അതുകഴിഞ്ഞ് പിന്നെയും ട്രിപ്പിനായി സ്റ്റാൻഡിലേക്ക് മടങ്ങിയോ?"

"ഇല്ല സാർ, ഒരു മണികഴിഞ്ഞു ഞാൻ പൊരയിലെത്തുമ്പോൾ "

"അന്നേരം ദേവിക വീട് പറ്റിയിരുന്നോ?"

"അറിയില്ലായിരുന്നു. തൊട്ടപ്പുറമാണ് വീടെങ്കിലും ഞാനങ്ങോട്ട് പോയി നോക്കിയില്ല. വല്ലാത്ത ക്ഷീണമുണ്ടായിരുന്നതിനാൽ കയറിക്കിടന്നു."

"ഹരിദാസ് ഇപ്പോൾ എവിടെ കാണും?"

"ഒരു കോള് വന്ന് പോയിരിക്കുകയാണ്." ആന്റപ്പൻ വിനയാന്വിതനായി. ഇൻസ്പെക്ടർ എന്തോ ആലോചിച്ചു നിന്നു.

"ങും അവൻ വരുമ്പോൾ എന്നെ വന്ന് കാണാൻ പറയണം."

ഹരിദാസ് ഓഫീസിലെത്തുമ്പോൾ സർക്കിൾ ഇൻസ്പെക്ടർ പുറത്തുനിന്ന് വന്ന് കയറിയതേയുള്ളൂ.

അദ്ദേഹം റോന്തു ചുറ്റാൻ പോയിരിക്കുകയായിരുന്നു.

ജില്ലാ ആശുപത്രിയുടെ പാർശ്വഭാഗത്തായി വേറെയും ടാക്സി സ്റ്റാൻഡ് ഉണ്ട്. അവിടെ നിരന്നു കിടന്നിരുന്ന വാഹനങ്ങളിൽ ഏറെയും അംബാസഡർ കാറുകളാണ്. മധ്യഭാഗം കഴിഞ്ഞ കർണ്ണനെ അവിടെയെങ്ങാനും കണ്ടെത്താനാവുമെങ്കിൽ കയ്യോടെ പൊക്കിയെടുക്കാമെന്നു വച്ചാണ് ആ പാളയത്തിലേക്കിറങ്ങിയതും വെറും കൈയോടെ തിരിച്ചു പോന്നതും.

ഹാറ്റ് തലയിൽ നിന്നും ഊരി മേശപ്പുറത്ത് വച്ച് സേതുനാഥ് വിരട്ടും വിധം ഒരു നോട്ടം ഹരിദാസിനു നേരെയെറിഞ്ഞു.

"നീയാണ് ഹരിദാസ്, അല്ലേ?"

ഹരിദാസ് രണ്ടു കൈകളും കൂപ്പി ഇൻസ്പെക്ടർക്കു മുമ്പാകെ ഓച്ഛാനിച്ചു നിന്നു. "അതെ സർ."

“എവിടെയാ നിന്റെ വീട്?”

“ഇവിടെയടുത്താണ് സാർ.’

“ഓഹോ, സ്റ്റേഷൻ കോമ്പൗണ്ടിലായിരിക്കും. എന്നിട്ട് ഞാൻ കണ്ടി ല്ലല്ലോ...”

“അല്ല സാർ, കാസിനോ തിയേറ്ററിന്റെ പരിസരത്ത്.”

“വിവാഹിതനാണോ?”

“അതെ.”

“നിന്റെ വർക്കിംഗ് ടൈം എത്ര നേരമാണ്?”

“അതിന് കൃത്യതയൊന്നുമില്ല സാർ. എന്നാലും അർധരാത്രിവരെ നിൽക്കും.”

“പിന്നെ ഉറങ്ങാനേ നേരം കാണൂ, അപ്പോൾ സന്താനോല്പാദന ത്തിനോ?”

അതിന് ഉത്തരമില്ലായിരുന്നു. അയാളുടെ ചുണ്ടിൽ ഒരു ചിരി പാളി.

“അതിരിക്കട്ടെ, കഴിഞ്ഞ ഇരുപതാം തിയ്യതി വ്യാഴാഴ്ച രാത്രി റിഹേ ഴ്സൽ ക്യാമ്പിൽ ചെന്ന് നടിയെ കൂട്ടിക്കൊണ്ടുവരണമെന്ന് ആരെങ്കിലും ഹരിദാസിനോട് നിർദേശിച്ചിരുന്നോ?”

“ഉവ്വ്, ആന്റപ്പൻ ചേട്ടൻ വിളിച്ചു പറഞ്ഞിരുന്നു.

“എന്നിട്ട് എത്രമണിക്കാണ് അവളെ കൂട്ടിക്കൊണ്ടുപോയത്?”

“ഇല്ല സാർ, അവളെ കൊണ്ടുവരാൻ എനിക്കു പറ്റിയില്ല. കൊച്ചി ക്കൊരു കോള് കിട്ടിയതുകൊണ്ട് എനിക്കങ്ങോട്ടേക്ക് പോകേണ്ടതായി വന്നു. ”

“വലിയ ഇര കിട്ടിയപ്പോൾ കരണം മറിഞ്ഞു അല്ലേ? പാതിരായ്ക്ക് ഒരു പെണ്ണ് തനിച്ചു നിൽക്കേണ്ട ഗതികേട് നിന്റെ സഹോദരിക്കാണ് വന്നുപെട്ടതെങ്കിൽ നീ എന്തു ചെയ്യുമായിരുന്നെടാ?”

ഞാനവളെ ഉപേക്ഷിച്ചതല്ല. ദേവികയെ കൊണ്ടുവരാൻ ഞാൻ ഒരു സുഹൃത്തിനെ ചട്ടം കെട്ടിയിട്ടാണ് യാത്ര തിരിച്ചത്.

“ആരാണ് ആ സംപൂജ്യ സുഹൃത്ത്?”

“വാസു, താമരവാസു എന്ന് വിളിക്കും.”

“അവൻ പോയോ ഇല്ലയോ എന്ന് നിനക്കറിയാമോ?”

“വാസു പോകാമെന്നേറ്റിരുന്നു- പോയിക്കാണുമെന്ന് ഞാൻ വിശ്വ

സിക്കുന്നു."

"നിങ്ങൾ എപ്പോഴാണ് കൊച്ചി യാത്രയും കഴിഞ്ഞ് തിരിച്ചു വന്നത്?"

"രണ്ടു മണിയായിക്കാണും സാർ."

"അന്നേരം അവനെ സ്റ്റാൻഡിൽ കണ്ടിരുന്നോ?"

"ഇല്ല. പിന്നെ കാണുന്നത് രണ്ടു ദിവസം കഴിഞ്ഞാണ് "

ഇൻസ്പെക്ടർ അർത്ഥഗർഭമായി ഹരിദാസിനെ നോക്കി:

"അത്രയും ദിവസം അവൻ എവിടെയായിരുന്നു?"

"അതറിയില്ല സാർ."

"അന്വേഷിച്ചില്ലേ?"

"സഹപ്രവർത്തകരോട് തിരക്കി. ആർക്കും അവനെങ്ങോട്ട് പോയെന്ന് അറിയില്ലായിരുന്നു."

സേതുനാഥ് എന്തോ ആലോചിച്ചിട്ട് നാലഞ്ചു ചുവട് നടന്നു. പിന്നെ തിരിഞ്ഞു നിന്ന് ഹരിദാസിനെ നോക്കി.

"തല്ക്കാലം നീ പൊയ്ക്കോ. വാസുവിനെ കണ്ടിട്ട് ഞാൻ വിളിപ്പിക്കാം. അന്നേരം ഈ പറഞ്ഞതിൽ നിന്നും എന്തെങ്കിലും മാറ്റി പറയേണ്ടി വന്നാൽ ഇടിച്ച് നിന്റെ കൂമ്പ് ഞാൻ കലക്കും; കേട്ടോടാ."

സേതുനാഥിന്റെ ശബ്ദം കനത്തിരുന്നു.

ഇൻസ്പെക്ടർ ഒരു സിഗരറ്റിന് തീ കൊളുത്തി ചിന്താഭരിതനായി കസേരയിലേക്ക് ചാഞ്ഞു.

പത്തുമിനിറ്റ് കഴിഞ്ഞപ്പോൾ രണ്ടു കോൺസ്റ്റബിൾമാർ താമര വാസുവിനെയും കൂട്ടി അകത്തേക്ക് വന്നു.

സേതുനാഥ് എഴുന്നേറ്റ് താമരവാസുവിന്റെ അരികിലേക്കു നീങ്ങി ആപാദചൂഡം ചുഴിഞ്ഞു നോക്കി.

ശരീരത്തിലേറ്റ പ്രഹരത്തിന്റെ കരിഞ്ഞു തുടങ്ങിയ പാടുകൾ. നീരു വന്നു ചീർത്ത മുഖം. ദയനീയനോട്ടം. മാർജാരനെ നേരിടേണ്ടി വന്ന മൂഷികന്റെ പകപ്പ്.

"താമരവാസു അല്ലേ?"

വാസു മിണ്ടിയില്ല. അതെ എന്നർത്ഥത്തിൽ അവൻ തലകുലുക്കി. അവൻ കിടുകിടാ വിറയ്ക്കുന്നുണ്ടായിരുന്നു.

"ഹോസ്പിറ്റലിലായിരുന്നെന്ന് കേട്ടു. എല്ലൊക്കെ കൂടിയോടാ?"

അതിനു ഉത്തരമുണ്ടായിരുന്നില്ല.

"എന്താടാ നിനക്ക് നാവില്ലേ? എല്ലൊക്കെ ഏമാൻമാര് ഊരിയെടുത്തോ - പിച്ചാത്തിപ്പിടിക്ക് ?"

"അതൊഴികെ ബാക്കിയൊക്കെ ചെയ്തിട്ടുണ്ട് സാറെ."

"എന്തു ചെയ്യാം - നാവു വരുത്തിവച്ച വിന! തുടക്കം സത്യം പറഞ്ഞിരുന്നെങ്കിൽ ഇങ്ങനെയൊക്കെ വരുമായിരുന്നോ.... ആട്ടെ വാസു വ്യാഴാഴ്ച രാത്രി നടിയെ റിഹേഴ്സൽ ക്യാമ്പിൽ നിന്നും വീട്ടിൽ എത്തിച്ചു എന്നല്ലേ പറഞ്ഞത്? അന്നേരം അവിടെ ആരൊക്കെയുണ്ടായിരുന്നു?"

ഇൻസ്പെക്ടറുടെ തീക്ഷ്ണമായ നോട്ടവും ചോദ്യവും നേരിടാനാവാതെ പൊന്നു സാറെ രക്ഷിക്കണം എന്നപേക്ഷിച്ചുകൊണ്ട് വാസു അദ്ദേഹത്തിന്റെ കാൽക്കൽ വീണു കരഞ്ഞുകൊണ്ടിരുന്നു.

"ച്ഛീ, എഴുന്നേൽക്കെടാ, നിന്റെ ആരെങ്കിലും ഇവിടെ ചത്തോ..."

"എന്റെ പൊന്നു സാറേ, ഇനിയും എന്നെ ഉപദ്രവിച്ചാൽ ഞാൻ ചത്തുപോവും. സത്യമാണ് ഞാൻ പറയുന്നത്. ആ സ്ത്രീയെ ഞാൻ കാണുകയോ വീട്ടിലെത്തിക്കുകയോ ഉണ്ടായിട്ടില്ല. ദൈവങ്ങളാണെ സത്യം." വാസു കൈകൾ കൂപ്പി ദയനീയതോടെ അറിയിച്ചു.

"പിന്നെ എസ്. ഐയോട് നീ സമ്മതിച്ചതോ?"

"സത്യം പറഞ്ഞിട്ടും തൊഴിച്ചോണ്ടിരുന്നപ്പോൾ ഞാനങ്ങനെ പറഞ്ഞുപോയതാണ്. അല്ലാതെ അതിലെനിക്കൊരു പങ്കുമില്ല. എന്നെ വിശ്വസിക്കണം സാറേ."

"നിന്റെ വാഹനത്തിൽ നടിയെ നീ വീട്ടിലെത്തിച്ചുകൊള്ളാമെന്ന് ഹരിദാസിനോട് നീ വാക്കു പറഞ്ഞിരുന്നതല്ലേ?"

"സംഗതി ശരിയാണ് സാറെ. പക്ഷേ നാലാം മൈലിൽ ചെന്ന് നടിയെ കൂട്ടിക്കൊണ്ടു വരുവാൻ എനിക്കൊട്ടും മനസ്സുണ്ടായില്ല.

ഇതുവരെ കണ്ടിട്ടില്ലാത്ത നടിയോടോ ചങ്ങാതിയായ ഹരിദാസിനോടോ എനിക്ക് യാതൊരു ദേഷ്യവുമില്ലായിരുന്നു. പോകാതിരുന്നത് ആന്റപ്പനോടുള്ള വിരോധം കൊണ്ടായിരുന്നു. "

"അതും ഇതും ആയിട്ടെന്താണ് ബന്ധം?"

അയാളാണ് അവളെ കൊണ്ടുവരുവാൻ ഹരിദാസിനെ ചുമതല

പ്പെടുത്തിയത്. പോകേണ്ട സമയത്ത് ഹരിദാസിനൊരു ഓട്ടം വന്നപ്പോൾ മടങ്ങിവരാൻ താമസിക്കുമെന്ന് പറഞ്ഞ് ആ ബാദ്ധ്യത എന്നെ ഏൽപ്പിക്കുകയും ഞാൻ സമ്മതം മൂളുകയും ചെയ്തു. ആന്റപ്പനോട് കണക്കു തീർക്കാൻ ഒത്തുവന്ന ഒരവസരമായിരുന്നു അത്. അയാളെ നെറികെട്ടവനും വിശ്വാസവഞ്ചകനുമാക്കി തീർക്കാൻ മനഃപ്പൂർവ്വം ഞാൻ പോകാതിരുന്നതാണ്.

വാസുവിന്റെ ജല്പനങ്ങൾ പാടേ അവഗണിക്കാൻ സേതുനാഥിന് കഴിഞ്ഞില്ല. അവൻ പറയുന്നതിൽ കഴമ്പുണ്ടെന്ന് തോന്നായ്കയുമില്ല. വികാരങ്ങളിൽ നേരിന്റെ അംശം പറ്റിപ്പിടിച്ചിരിക്കുന്നതായും അറിഞ്ഞു.

സേതുനാഥ് മേശവലിപ്പു തുറന്ന് അരയിഞ്ച് വ്യാസമുള്ള സ്റ്റീൽ റിങ്ങെടുത്ത് വാസുവിന്റെ കാതിൽ കൊളുത്തിയിട്ടു.

പ്രസ്തുത റിങ് ദേവികയുടെ ജാക്കറ്റിൽ കുടുങ്ങിക്കിടന്നതാണ്. നനഞ്ഞ ഡ്രസ്സുകൾ സൂക്ഷ്മമായി പരിശോധിച്ചപ്പോൾ കണ്ടുകിട്ടിയതായിരുന്നു അത്.

സേതുനാഥ് കോൺസ്റ്റബിളിനെ വിളിച്ച് ചെകിട്ടിൽ അടക്കം പറഞ്ഞു. കേട്ടതോടെ ജീപ്പുമെടുത്ത് കോൺസ്റ്റബിൾ എവിടേക്കോ മറഞ്ഞു.

ഇൻസ്പെക്ടർ താമരവാസുവിന്റെ കാതിൽ തൂങ്ങിക്കിടന്നിരുന്ന കമ്മൽ ആട്ടിക്കൊണ്ട് പരിഹാസം പോലെ മൊഴിഞ്ഞു.

"ഇത് നിനക്ക് നല്ല ചേർച്ചയുണ്ട്. ഇരുണ്ടമാനത്ത് തിളങ്ങുന്ന നക്ഷത്രം പോലെ..... ഇതിന്റെ ജോടി കൈവശം കാണുമോ, അതോ പിടിവലിയിൽ നഷ്ടപ്പെട്ടോ?

"സാറെ ഞാൻ കമ്മലൊന്നും ധരിക്കാറില്ല. ഇത് എന്റേതുമല്ല."

ഇൻസ്പെക്ടർ അംഗീകരിച്ച മട്ടിൽ തലകുലുക്കിയിട്ട് അടുത്ത ചോദ്യമെറിഞ്ഞു: സംഭവദിവസം രാത്രി പന്ത്രണ്ടു മണിക്ക് ടാക്സി സ്റ്റാൻഡിൽ നിന്നെ കണ്ടവരാരുമില്ല. അന്നേരം അവരുടെയൊക്കെ കണ്ണു വെട്ടിച്ച് നീ എവിടേയ്ക്കാണ് ഒളിച്ചോട്ടം നടത്തിയത്? "

"അന്നേരം ഞാൻ മുതലാളിയുടെ വീട്ടിലേക്ക് മടങ്ങി സാർ. രാത്രി ഒരു മണിക്ക് മുതലാളിയും കുടുംബവും തിരുവനന്തപുരത്തേക്ക് പോകണമെന്നറിയിച്ചിരുന്നു. അതിൻപ്രകാരം നേരത്തെ ഹാജരായതാണ്."

"എന്നിട്ടെപ്പോഴാണ് തിരുവന്തപുരത്തേക്ക് യാത്ര തിരിച്ചത്?"

"പിന്നെ താമസമുണ്ടായില്ല സാർ."

"എന്നാണ് അവിടെ നിന്നും മടങ്ങിയത്?"

"മൂന്നു ദിവസം കഴിഞ്ഞാണ്. നാലാം ദിവസം പതിവുപോലെ ജോലിക്കു കയറുമ്പോൾ പോലീസുകാർ കാരണമില്ലാതെ എന്നെ പൊക്കിക്കൊണ്ടു പോവുകയായിരുന്നു സാർ."

പറഞ്ഞതിൽ കഴമ്പുണ്ടെന്ന് ഇൻസ്പെക്ടർക്ക് ബോധ്യമായി. മുതലാളിയും ഫാമിലിയും തിരുവനന്തപുരത്തേക്ക് തിരിച്ച വിവരം ഇതിനോടകം സേതുനാഥ് അന്വേഷിച്ചറിഞ്ഞിരുന്നു.

ഈ സമയം പോലീസ് കോൺസ്റ്റബിൾ മുരുകനെയും കൂട്ടി അവിടെയെത്തി.

മുരുകൻ ഇൻസ്പെക്ടറെ കണ്ട് വിരണ്ട് നിൽക്കുകയാണ്.

ഇൻസ്പെക്ടർ അവനെ സമാധാനിപ്പിച്ചു. "നീ ഭയപ്പെടുകയൊന്നും വേണ്ട."പിന്നെ വാസുവിനെ ചൂണ്ടിക്കാണിച്ചിട്ട് ചോദിച്ചു.

അന്നു രാത്രി കാറിൽ വച്ച് കണ്ട ഡ്രൈവർ ഇയാൾ തന്നെയല്ലേ? നീ സൂക്ഷിച്ചുനോക്ക്."

മുരുകൻ കുറച്ചുനേരം വാസുവിന്റെ മുഖത്തേക്ക് നോട്ടമിട്ടു നിന്നു. അയാളുടെ നിറവും താടിയും ഏതാണ്ട് യോജിക്കുന്നുണ്ട്. താടിയിലെ കുറ്റിരോമം കണ്ടില്ലായിരുന്നു. മുഖച്ഛായയിലും കാതലായ മാറ്റം. ഉരുണ്ട കണ്ണായിരുന്നു! കണ്ടപ്പോൾ അത് ചുമന്നുമിരുന്നു. അല്പം നീട്ടി വളർത്തിയ മുടി പിറകിലേക്ക് ചീകിയിട്ടിരുന്നു. ഇത് ക്രോപ്പ് ചെയ്ത മുടിയാണ്. ചെവിക്ക് മൂന്ന് എന്നക്കത്തിന്റെ രൂപവുമില്ലായിരുന്നു.

മുരുകന് സംശയമൊന്നുമില്ലായിരുന്നു.

ഇൻസ്പെക്ടർ ചോദ്യം ആവർത്തിക്കുകയുണ്ടായി. "നീ കണ്ട ഡ്രൈവർ ഇയാൾ തന്നെയല്ലേ?"

"അല്ല സാർ, ഈ ചേട്ടനല്ല."

ഇൻസ്പെക്ടർ മുരുകനെ പറഞ്ഞു വിട്ടു. താമരവാസുവിനെ സംശയിക്കത്തക്ക തെളിവുകളൊന്നും കിട്ടിയില്ല.

പിന്നെ ആരായിരിക്കും യഥാർത്ഥ കൊലയാളി?

അയാൾ ഈ സ്റ്റാൻഡിൽ ഓടുന്ന ടാക്സി ഡ്രൈവർ തന്നെയോ?

അതോ ഡ്രൈവറുടെ വേഷം കെട്ടി വന്ന മറ്റാരെങ്കിലുമോ?

കറുപ്പു നിറവും കുറ്റിത്താടിയും ആർക്കാണില്ലാത്തത്!

റിങ് ആർക്കാണ് ഇട്ടുകൂടാത്തത് !

കാറിന്റെ നമ്പർ നോട്ടുചെയ്തിരുന്നെങ്കിൽ വലിയൊരു തലവേ

ദന ഒഴിവാക്കാമായിരുന്നു.

പിന്നെ, ആകെയുള്ള തെളിവ് ചെവിയുടെ അപൂർവ്വതയാണ്! കണ്ടുപിടിക്കണം.

താമസം വിനാ കണ്ടുപിടിച്ചേ മതിയാകൂ.

19

ഉമ്മറക്കോലായിലെ ചാരുകസേരയിൽ ചാരിക്കിടക്കുകയാണ് പ്രഭാകരൻപിള്ള.

ഭിത്തിയോട് ചേർന്നുകിടന്ന സോഫയിൽ സർക്കിൾ ഇൻസ്പെക്ടർ സേതുനാഥ് ഉപവിഷ്ടനായിട്ടുണ്ട്.

അദ്ദേഹം യൂണിഫോമിലായിരുന്നില്ല.

ഇരുവരും കൊണ്ടുപിടിച്ച സംസാരത്തിലായിരുന്നു.

അകത്ത് കതകിന്റെ മറവിൽ അവരുടെ സംസാരത്തിന്റെ പുരോഗതി വിലയിരുത്തിക്കൊണ്ട് ആകാംഷയോടെ കേട്ടുനില്ക്കുകയാണ് ഗോമതിയമ്മ.

ഷൈനി അകത്തുനിന്നും പുറത്തേക്കിറങ്ങി വന്നു.

അവളുടെ ഒരു കൈയിൽ ട്രേയോടു കൂടിയ രണ്ടു ഗ്ലാസ്സ് കാപ്പിയും മറുകൈയിൽ പലഹാരപാത്രവുമുണ്ടായിരുന്നു.

അവളത് ടീപ്പോയിൽ വച്ചിട്ട് ഓരോ ഗ്ലാസ്സ് കാപ്പിയെടുത്ത് സേതുനാഥിനും പപ്പയ്ക്കും നേരെ നീട്ടി. "കഴിക്ക് അങ്കിൾ " എന്ന് മധുരമായി മൊഴിയുകയുമുണ്ടായി.

"മധുരപലഹാരങ്ങളൊന്നും വേണ്ട മക്കളെ, കഴിക്കാൻ പാടില്ല. ഈ കാണുന്ന ശരീരം നിറയെ ഷുഗറാ. വേദിക കൂട്ടുകാരിയോടൊന്നും പറഞ്ഞിട്ടില്ലേ?"

സേതുനാഥ് പറഞ്ഞതുകേട്ട് പുഞ്ചിരിച്ചുകൊണ്ടവൾ വാതിലിന് പിന്നിൽ മറഞ്ഞു.

"അങ്ങനെയാണെങ്കിൽ കർക്കിടകം കഴിഞ്ഞ് ചിങ്ങത്തിലാവാം."

സേതുനാഥ് കാപ്പി ഒരു കവിൾ ഇറക്കികൊണ്ട് പറഞ്ഞുവന്നതിന്റെ തുടർച്ചയായെന്നോണം അറിയിച്ചു.

പ്രഭാകരൻപിള്ള ചർവ്വിതചർവണത്തിനിടയ്ക്ക് കൈയെത്തിച്ച് താഴെയിരുന്ന കോളാമ്പിയെടുത്ത് വായ് കുടഞ്ഞിട്ട് തലയിളക്കി.

അതുകണ്ട് ഗോമതിയമ്മയ്ക്ക് ഈർഷ്യ കേറിയിട്ടും മൂപ്പിലാന്റെ പ്രതിവചനത്തിന് കാതോർത്തു നിന്നു.

"എങ്കിൽ അങ്ങനെ തന്നെയാവട്ടെ. ചിങ്ങമാസം എന്തുകൊണ്ടും പ്രാധാന്യമുള്ളതാണ്." പ്രഭാകരൻപിള്ള അഭിപ്രായപ്പെട്ടു.

"എന്നാൽ പറഞ്ഞതുപോലെ." സേതുനാഥ് എഴുന്നേറ്റു.

ഈ നേരത്താണ് ജിത്ത് പുറത്തു നിന്ന് രംഗപ്രവേശം ചെയ്തത്. ഇൻസ്പെക്ടറെ കണ്ട് അവനൊന്നമ്പരന്നു. ചങ്ക് പെരുമ്പറ കൊട്ടി. കേസന്വേഷണവുമായി ചോദ്യംചെയ്യാൻ വന്നതായിരിക്കണം !

താൻ നിരപരാധിയാണെന്ന് പല തവണ അറിയിക്കുകയും അറിയാവുന്ന വസ്തുതകളൊക്കെ നിരത്തുകയും ചെയ്തതാണ്. പിന്നെയുമെന്തിന് തന്റെ പിറകെ കൂടണം? അവൻ വിളറി നിന്നു.

ജിത്തിനെ കണ്ടതോടെ സേതുനാഥ് ക്രുദ്ധതയുടെ കൃത്രിമ മുഖംമൂടി എടുത്തിട്ട് ശബ്ദത്തിന് ഘനം കൊടുത്തു പുലമ്പി:

"നിന്നെ കൈയോടെ അറസ്റ്റ് ചെയ്ത് കൊണ്ടുപോകാൻ വന്നതാണ്. പിന്നെ പിള്ളച്ചേട്ടൻ സാവകാശം ചോദിച്ചതുകൊണ്ടാണ് ചിങ്ങമാസത്തിലേക്ക് ആക്കിയത്."

പിള്ളയോടും ഗോമതിയമ്മയോടും യാത്ര ചോദിച്ചിട്ട് സേതുനാഥ് ഇറങ്ങി.

അപ്പോഴാണ് ജിത്തിന് ശ്വാസം നേരെ വീണത്.

മിഴിച്ചു നിന്ന ജിത്തിന്റെ ഭാവം കണ്ട് ഷൈനി കുലുങ്ങിച്ചിരിച്ചുകൊണ്ടു പുറത്തേക്ക് വന്നു.

"മിണ്ടാപ്പൂച്ച കലമുടച്ചു. ഇത് ഞാൻ പോലും അറിഞ്ഞില്ലല്ലോ ദൈവമേ, കഷ്ടം !" അവൾ നാസികയുടെ മേൽ വിരൽചേർത്ത് സോഫയിലിരുന്നു. പിന്നെ പലഹാരപ്പാത്രത്തിൽ കൈയിട്ടു വാരി കൊറിച്ചുകൊണ്ടിരുന്നു.

"എന്തോന്നിനാടി അങ്ങേര് ഇവിടെ വന്നത്?" ജിത്തിന് ഒന്നും പിടി

കിട്ടാതെ അവളുടെ തലക്കിട്ടൊന്ന് തോണ്ടി.

"നീ അവളെ കിഴുക്കുന്നതെന്തിനാ- സ്വയം ഏടാകൂടം വരുത്തിവ ച്ചിട്ട്?" പ്രഭാകരൻപിള്ള കുറ്റപ്പെടുത്തും പോലെ പറഞ്ഞു.

ജിത്തിന് ഒന്നും മനസ്സിലായില്ല. കാര്യം എന്തെന്ന് അറിയാനുള്ള വ്യഗ്രത അവന്റെ മുഖത്ത് നിഴലിച്ചു.

"നീ പേടിക്കുകയൊന്നും വേണ്ട. ഇൻസ്പെക്ടറ് ഒരു കല്യാണാ ലോചനയുമായിട്ട് ഇറങ്ങിയതാ." ഗോമതിയമ്മ അവനെ സാന്ത്വനിപ്പി ച്ചു. ജിത്തിന് സമാശ്വാസമായി: അങ്ങേർക്ക് ബ്രോക്കറ് പണിയുണ്ടോ ഇതിനെടേല്?

ഗോമതിയമ്മക്ക് ശുണ്ഠി കയറി: "കേൾക്കണ്ട അങ്ങേര്. മൂപ്പിലാന് അത്ര തൃപ്തിയൊന്നുമുണ്ടായിട്ടല്ല ഇങ്ങനൊരു ബന്ധം ആകാമെന്നു വച്ചത്."

സംഗതിയുടെ ഏകദേശ രൂപം ജിത്ത് മനസ്സിൽ കോർത്തെടുത്തു. അവന്റെയുള്ളിൽ ആനന്ദം തിരതല്ലി. എങ്കിലും പ്രദർശിപ്പിച്ചില്ല. വിഷയം ഷൈനിയുടെ തലയിലേക്കിട്ടു:

"അതിന് ഈ പൊട്ടിപെണ്ണിന് കല്യാണപ്രായമൊന്നും ആയിട്ടില്ല ല്ലോ...."

കേട്ടതും ഷൈനി ചാടിക്കടിച്ചു. "ങാ ഇങ്ങോട്ട് കയറിക്കോ. നമ്മ ളൊന്നും അറിയാത്തതുപോലെ!"

"എന്നാലും, ഒരു വാക്ക് അവൾ അറിയിച്ചില്ലല്ലോ- സത്യവതി! കാണുന്നുണ്ട് ഞാൻ."

ഷൈനിക്ക് വേദികയോട് കലശലായ ദേഷ്യം തോന്നി. അവളുടെ ക്ലാസ്മേറ്റാണ് വേദിക. ഇണപിരിയാത്ത കൂട്ടുകാരികളാണ് ഇരുവരും. അവർക്കിടയിൽ ഒരു രഹസ്യവും മൂടിവയ്ക്കാറില്ല. എന്നിട്ടാണ് ഞാൻ പോലും അറിയാതെ അവളുടെ വിവാഹം ഉറപ്പിച്ചിരിക്കുന്നത്. അതും തന്റെ ഏട്ടനുമായിട്ട്."

ജിത്തിനെ ശുണ്ഠിപിടിപ്പിക്കാനായി ഷൈനി പറഞ്ഞുകൊണ്ടിരു ന്നു:

"ഈ കല്ല്യാണം എന്തു വിലകൊടുത്തും ഞാൻ മുടക്കിയിരിക്കും. ഒരു പാട്ടുപാടിപ്പിക്കലും നാടകം വായിക്കാൻ കൊടുക്കലും കുണുങ്ങലും കൊഞ്ചലും...."

"നീ ആരുടെ കല്യാണത്തെക്കുറിച്ചാ പറയുന്നത്?" ഒന്നും തിരി

ഞ്ഞില്ലെന്ന മട്ടിൽ ജിത്ത് ചോദിച്ചു.

"എന്റെ കൂട്ടുകാരിയുടെ. പല ദിവസങ്ങളിലായിട്ട് വന്നിട്ടുണ്ടായിരുന്നു ഇവിടെ. ഇയാള് കണ്ട് കാണുമോന്നറിയില്ല. പേര് വേദികയെന്നു പറയും."

"ഓഹോ അവളുടെ കല്യാണമുറപ്പിച്ചോ! ആരാണാവോ കെട്ടാൻ പോണ ചെറുക്കൻ?"

ജിത്തിന് നേരെ മുഖം വക്രിച്ചുകൊണ്ട് അവൾ പറഞ്ഞു.

"ഒരു പോത്ത്. അത് മതീന്നും പറഞ്ഞുകൊണ്ട് ജാതകക്കുറിപ്പുമായിട്ട് ഡാഡിയെ പറഞ്ഞയച്ചിരിക്കുകയാ... ങ്ഉം വരട്ടെ, ഞാനത് നന്നായിട്ട് നടത്തിക്കൊടുക്കുന്നുണ്ട്." ഒരു പ്രതിഷേധം പോലെ പറഞ്ഞിട്ട് അവൾ അകത്തേക്ക് വലിഞ്ഞു. ചൊടിയിൽ ചെറുചിരി വിതറി പുറകെ ഗോമതിയമ്മയും.

പൂമുഖത്ത് സർക്കിൾ ഇൻസ്പെക്ടർ ഇരിക്കുന്നതു കണ്ട് നടുങ്ങി വിളർത്താണ് ജിത്ത് കയറിവന്നത്. ഇപ്പോൾ തലയിൽ നിന്ന് കൂറ്റൻ പാറക്കല്ല് ഇറക്കിവച്ചതു പോലെ ആശ്വാസം. മാത്രമോ.... കിനാവിന്റെ പളുങ്കുപാത്രത്തിൽ ഒളിപ്പിച്ചു വച്ചിരുന്ന സ്വപ്നം പൂത്തുലഞ്ഞതിന്റെ നിർവൃതിയിൽ ഏതോ മായാലോകത്തിൽ നീന്തിത്തുടിക്കുന്ന പ്രതീതിയും.

പ്രഭാകരൻപിള്ള എഴുന്നേറ്റ് നാണുനായരുടെ ചായക്കടയിലേക്ക് നടന്നു. ഈ നേരത്ത് ചീട്ടുകളി പതിവുള്ളതാണ്. കുറച്ചു ദിവസമായി നാണുനായർ കളിയിൽ പങ്കുകൊള്ളാറില്ല. സദാ മൂകനും മൗനിയുമായിട്ടാണ് കാണപ്പെടുന്നത്. ആരോടും ഒന്നും മിണ്ടാറില്ല. എന്തെങ്കിലും ചോദിച്ചാൽ തന്നെ മനസ്സിലാവുന്ന രീതിയിലല്ല മറുപടി കിട്ടുന്നത്. കുറച്ചു ദിവസമായിട്ട് കട്ടില് തന്നെയാണ് ശരണം. ശരീരത്തെയും രോഗം തളർത്തിയിരിക്കുന്നു. ഹോസ്പിറ്റലിലേക്ക് കൊണ്ടുപോകാനായി പലവുരു നിർബന്ധിച്ചിട്ടും ഗൗനിക്കുന്ന മട്ടില്ല.

വിവരം അറിഞ്ഞിട്ടോ അറിയാതെയോ ഒരു ദിനം മകളും കുട്ടിയുമായി ചായക്കടയിലേക്കു കയറി വന്നു. ആദ്യമാദ്യം മകളെ അച്ഛന് മനസ്സിലായതേയില്ല. പിന്നെ മകളുടെ സാമീപ്യവും സാന്ത്വനവും പരിചരണവും സമയാസമയം സമന്വയിപ്പിച്ചതോടെ നായരുടെ നഷ്ടപ്പെട്ട ആരോഗ്യം പുഷ്ടിപ്പെടാൻ തുടങ്ങി. മകൾക്കു പിന്നെ അച്ഛനെ പിരിഞ്ഞു പോകാനും മനസ്സു വന്നില്ല.

കരിഞ്ഞുണങ്ങിയ ചെടിക്ക് പുതുനാമ്പ് കിളിർത്തതുപോലെ

പിന്നീട് നായരുടെ മനസ്സിലും ശരീരത്തിലും ഉന്മേഷത്തിന്റെയും ഉണർവ്വിന്റെയും വല്ലികൾ പുഷ്പിച്ചു നിന്നു.

20

സർക്കിൾ ഇൻസ്പെക്ടർ സേതുനാഥ് അലക്ഷ്യമായി കൈവിരലുകൾ ഞൊടിച്ച് ചിന്താഗ്രസ്തനായി ഇരിക്കാൻ തുടങ്ങിയിട്ട് നേരം ഒരുപാടായി. അവസാനം എന്തോ തീരുമാനം കൈക്കൊണ്ടതുപോലെ ചെയറിൽ നിന്നെഴുന്നേറ്റ് മറ്റൊരു മുറിയിലേക്ക് നടന്നു.

പുഴയിൽ നിന്നും കിട്ടിയ ചാക്കുകെട്ടും ശവശരീരത്തിൽ നിന്നും ലഭിച്ച മുത്തുമാലയും സാരിയും ജാക്കറ്റും ഒന്നുകൂടി പരിശോധനയ്ക്ക് വിധേയമാക്കി.

ജാക്കറ്റിൽ നിന്നും ഒരു റിങ് അന്നാളിൽ കണ്ടെത്താനായെങ്കിലും പുതുതായി തെളിവുകളൊന്നും ശേഷിച്ചിരുന്നില്ല.

ഇൻസ്പെക്ടർ ചാക്ക് നിവർത്തിയിട്ട് അതിന്റെ അകവും പുറവും നന്നായി നിരീക്ഷിച്ചു.

പെട്ടെന്ന് അദ്ദേഹത്തിന്റെ കണ്ണൊന്ന് മിന്നി.

ചാക്കിനു പുറത്ത് ചുവന്ന മഷി കൊണ്ട് എന്തോ എഴുതിയിരിക്കുന്നതായി കണ്ടു.

നാലു ദിവസം ചാക്ക് വെള്ളത്തിൽ കിടന്നതിനാൽ ലിപികൾ മാഞ്ഞുപടർന്നിരുന്നതുകൊണ്ട് നഗ്നനേത്രം കൊണ്ടവ വായിച്ചെടുക്കാൻ ബുദ്ധിമുട്ടായിരുന്നു.

ഇൻസ്പെക്ടർ ജാഗ്രതയോടെ എഴുന്നേറ്റു.

അദ്ദേഹം പവർഫുള്ളായ ഒരു ലെൻസ് സംഘടിപ്പിച്ച് അക്ഷരങ്ങൾക്ക് മുകളിലൂടെ ഓടിച്ചു.

ഇൻസ്പെക്ടറുടെ കണ്ണുകൾ വൈരംപോലെ തിളങ്ങി.

അദ്ദേഹം ചാക്ക് മടക്കിയെടുത്ത് ജീപ്പിലേക്കിട്ട് ഓടിച്ചുപോയി.

നഗരത്തിലെ ലേഡീസ് കോർണർ ഷോപ്പിന്റെ മുന്നിൽ വന്നാണ് ജീപ്പ് നിന്നത്.

സർക്കിൾ ഇൻസ്പെക്ടർ ചാടിയിറങ്ങി ഷോപ്പിലേക്കു കയറി.

സാധനങ്ങൾ വാങ്ങാൻ വന്ന തരുണീമണികൾക്ക് അവർ ആവശ്യപ്പെട്ട ഐറ്റംസ് തെരഞ്ഞെടുത്തു കൊടുക്കുകയായിരുന്നു അന്നേരം കിഷോർ.

നാടകസമിതിക്കാരെ ചോദ്യം ചെയ്ത കൂട്ടത്തിൽ കിഷോറും ഉൾപ്പെട്ടിരുന്നു.

നടിയോട് അപമര്യാദയായി പെരുമാറി എന്നതൊഴിച്ചാൽ സംശയിക്കത്തക്ക സാഹചര്യങ്ങളിലൊന്നും അവന്റെ സാന്നിധ്യം കണ്ടിരുന്നില്ല. മൊഴിയെടുത്ത് വിട്ടയക്കുകയായിരുന്നു.

എന്നാലിപ്പോൾ ചിത്രം മാറി!

അവൻ വാരിയണിഞ്ഞ നിഷ്കളങ്ക കവചം അഴിച്ചുമാറ്റാൻ പര്യാപ്തമായ തെളിവുമായിട്ടാണ് സർക്കിൾ ഇൻസ്പെക്ടർ സേതുനാഥ് എത്തിയിരിക്കുന്നത്.

വാങ്ങിയ സാധനങ്ങൾ പാക്ക് ചെയ്ത് കസ്റ്റമറെ പറഞ്ഞയയ്ക്കും വരെ ഇൻസ്പെക്ടർ സംയമനം പാലിച്ചു നിന്നു. അതുകഴിഞ്ഞ് കിഷോറിനെ സമീപിച്ചു.

ഇൻസ്പെക്ടറെ കണ്ട് കിഷോർ ഒന്ന് അന്ധാളിച്ചു.

"നിങ്ങളാണോ ഈ കടയുടെ പ്രൊപ്രൈറ്റർ?"

"അതെ."

" എത്ര നാളായി ഷോപ്പ് പ്രവർത്തനം തുടങ്ങീട്ട്?"

"മൂന്നു വർഷമായി."

"ആട്ടെ, നാടകത്തിൽ നിങ്ങൾ എന്തു സ്ഥാനം അലങ്കരിച്ചിരുന്നതെന്നാണ് പറഞ്ഞത്?"

കിഷോർ ഒന്നു പരുങ്ങി. പല നാടകങ്ങളിലും പങ്കെടുത്തിട്ടുണ്ട്. അതിലേതാണ് സൂചിപ്പിച്ചതെന്നു വ്യക്തമായില്ല.

"മനസ്സിലായില്ലേ - യുവചേതന അവതരിപ്പിക്കാനിരുന്ന നാടക

ത്തിൽ?"

"ആ നാടകത്തിന്റെ സംവിധായകനായിരുന്നു."

"നാടകം എന്തുകൊണ്ടാ നടക്കാതെ പോയത്?"

"നടിയുടെ തിരോധാനം നിമിത്തം."

"ഫൈനൽ റിഹേഴ്സലിൽ അവർ പങ്കെടുത്തതാണല്ലോ- അതു കഴിഞ്ഞിട്ടവർ എങ്ങോട്ടാണ് പോയത്?"

"അർധരാത്രി ഒരു ടാക്സി വന്ന് കയറിപ്പോയതാണ്. അതിൽപ്പിന്നെ കണ്ടിട്ടില്ല."

"ഏതു ടാക്സിയിൽ?"

"അതെനിക്കറിയില്ല. ഒരു അംബാസഡർ കാറായിരുന്നു."

"അംബാസഡർ കാറിലും പോകേണ്ടവർക്കെത്താം. എനിക്കറിയേണ്ടത് ആ ടാക്സിക്കാരൻ ആരായിരുന്നു എന്നാണ്."

"അതറിയില്ല സാർ."

"തനിക്കറിയാമെടോ. വളച്ചുകെട്ടില്ലാതെ പറഞ്ഞു തന്നാൽ എനിക്ക് മുന്നോട്ടേക്ക് പോകാമായിരുന്നു."

"സത്യമായിട്ടും എനിക്കറിയില്ല സാർ."

ഇൻസ്പെക്ടറുടെ ഭാവം മാറി. കണ്ണുകൾ പിടച്ചു. വലത്തെ കൈ കിഷോറിന്റെ അടിവയറ്റിൽ കാർന്നു പിടിച്ചു. മെല്ലെ അത് തിരിഞ്ഞു.

കിഷോർ പുളഞ്ഞുപോയി.

ഇൻസ്പെക്ടർ ചാക്ക് മേശപ്പുറത്തേക്ക് വിരിച്ചിട്ടു.

"നോക്ക്. നിന്റെ കൈവശമിരുന്ന ചാക്കല്ലേ ഇത്?"

കിഷോർ ചാക്കിലേക്കു നോക്കി. ഇളംമഞ്ഞ നിറത്തിലുള്ള പ്ലാസ്റ്റിക് വള്ളികൊണ്ടാണ് അത് മെനഞ്ഞെടുത്തിരിക്കുന്നത്. ചാക്കിന്റെ മധ്യഭാഗത്തായി ചുവപ്പുകൾ കൊണ്ടെഴുതിയ അക്ഷരങ്ങൾ സംയോജിപ്പിച്ചെടുക്കാൻ അവനു കഴിഞ്ഞില്ല.

ഇൻസ്പെക്ടർ ലെൻസ് കിഷോറിന്റെ കണ്ണിനു താഴെ പിടിച്ചു.

"ഉറക്കെ വായിക്കെടാ."

"ലേഡീസ് കോർണർ. ഫാൻസി സ്റ്റോഴ്സ്, ആലുവ" കിഷോർ തട്ടിമുട്ടി വായിച്ചു.

"പറയെടാ, ഇത് ഇവിടേയ്ക്ക് പാഴ്സലായി വന്ന മെറ്റീരിയൽ

ചാക്കല്ലേ?"

ആണെന്ന് അവന് ബോധ്യപ്പെട്ടിരുന്നു. എന്നാലിത് ഇൻസ്പെക്ടറുടെ കൈവശം എങ്ങനെ എത്തിച്ചേർന്നെന്ന് ആലോചിച്ചു നിൽക്കുമ്പോഴാണ് അടിവയറ്റിൽ വീണ്ടും പിടിത്തം വീണത്.

കിഷോർ അറിയാതെ വാ പിളർന്നതോടൊപ്പം ശബ്ദവും പുറത്തേക്കു വന്നു: "അതേ സാർ."

പിന്നെ കൂടുതൽ ചോദ്യമുണ്ടായില്ല.

കിഷോറിനെ പിടിച്ചു ജീപ്പിലേക്കു കയറ്റി സ്റ്റേഷനിലേക്കു കൊണ്ടുപോയി.

"നിങ്ങളുടെ നാടകത്തിലഭിനയിക്കാൻ വന്ന നടിയുടെ മൃതദേഹം കണ്ടെടുത്തത് ഈ ചാക്കിൽ നിന്നാണ്."

ലോക്കപ്പ് മുറിയിൽ കയറ്റിയ കിഷോറിന്റെ മുന്നിൽ നിന്നുകൊണ്ട് ഇൻസ്പെക്ടർ തുടർന്നറിയിച്ചു:

"മൂന്നാലു പേർ അവരുടെ മേൽ കയറിയിറങ്ങിയിട്ടുണ്ടെന്ന് പോസ്റ്റ് മോർട്ടം വ്യക്തമാക്കിയിട്ടുണ്ട്. ഇനി പറഞ്ഞോളൂ - ആരൊക്കെയാണ് കൂടെയുണ്ടായിരുന്നവർ?"

കിഷോർ ഒന്നു നടുങ്ങി: "സാറെ, സത്യമായിട്ടും അതൊന്നും എനിക്കറിയില്ല."

പറഞ്ഞു തീർന്നതും കിഷോറിന്റെ അടിവയറ്റിൽ ചവിട്ട് വീണു. അവൻ വയറ്റിൽ കൈപൊത്തി ഇരുന്നുപോയി.

"പറഞ്ഞോ- വേഗമാകട്ടെ." ഇൻസ്പെക്ടർ മുരണ്ടു.

"അങ്ങനെയൊരു സംഭവം എനിക്കറിയില്ല സാറെ". അവൻ ഞരങ്ങിക്കൊണ്ടു എഴുന്നേറ്റു. നിവർന്നു നിൽക്കാനാവും മുമ്പെ ഇൻസ്പെക്ടർ തെരുതെരെ പെരുമാറിക്കൊണ്ടിരുന്നു. സഹികെട്ടപ്പോൾ തൊഴുകൈകളോടെ എണ്ണിപ്പെറുക്കി:

"എനിക്കറിയാവുന്നത് ഞാൻ പറയാം സാർ"

"ഒരു തടസ്സവുമില്ല, പോന്നോട്ടെ."

"നടിയെ വേഴ്ചയ്ക്കായി ഒരു പ്രാവശ്യം ഞാൻ കീഴ്പ്പെടുത്തി എന്നത് ശരിയാണ്. എന്നാൽ അവളെങ്ങനെ കൊല്ലപ്പെട്ടുവെന്നും കൊലപ്പെടുത്തിയതാരാണെന്നും എനിക്കറിയില്ല സാർ." കിഷോർ ഇൻസ്പെക്ടറുടെ കാൽക്കൽ വീണു.

ഇൻസ്പെക്ടർ അവനെ പൊക്കിയെടുത്ത് കരണത്ത് രണ്ടു പൊട്ടിച്ചിട്ട് പറഞ്ഞു:

"നിനക്കറിയാമെടാ. നീയറിയാതെ ഒന്നും തന്നെ നടന്നിട്ടില്ല. പറഞ്ഞോ വേഗം."

"ഇല്ല സാറെ, കൂടുതലായിട്ടൊന്നുമറിയില്ല."

"കഴുമരത്തിൽ തലയിടാൻ കുറ്റം സ്വയം ഏറ്റെടുക്കാൻ തീർച്ചപ്പെടുത്തിയോ നീയ്?" ഇൻസ്പെക്ടർ ക്രോധം പൂണ്ട് അവനെ തുറിച്ചു നോക്കി: "ഇല്ലെങ്കിൽ പറയ്. വീട്ടിലേക്കാണെന്നും പറഞ്ഞ് നടിയെ പാതിരാത്രിക്ക് കാറിൽ കയറ്റിക്കൊണ്ടു പോയവൻ ആരാണ്?"

"ഉത്തമനാണ് സാർ."

"അയാൾ യഥാർത്ഥ ടാക്സിഡ്രൈവർ തന്നെയോ?"

" അതെ സാർ."

"നിങ്ങൾ തമ്മിലുള്ള കണക്ഷൻ?"

" എന്റെ ഒരു പരിചയക്കാരനാ. ഷോപ്പിന്റെ മുന്നിൽ കിടന്നോടുന്ന വണ്ടിയാ. ഓട്ടം കഴിഞ്ഞ് ഇടയ്ക്കിടക്ക് അവൻ കടയിലേക്കു കയറിവരും. അങ്ങനെ പരിചയപ്പെട്ടതാ."

"പരിചയം പിന്നെ പിരിയാനാവാത്ത സുഹൃദ്ബന്ധമായി മാറി. രാത്രിയായാൽ പെണ്ണുപിടിത്തം അല്ലേടാ?"

മറുപടി കൊടുക്കാതെ കിഷോർ തല കുമ്പിട്ടു നിന്നു.

" ആരൊക്കെ കൂടിയാണ് അവളെ ഇല്ലായ്മ ചെയ്തത്? അതിൽ നിനക്കുള്ള പങ്കെന്ത്?"

"എനിക്കതിൽ ഒരു പങ്കുമില്ല സാർ. ദേവികയെ ഞാൻ പീഡനത്തിന് ഇരയാക്കി എന്നുള്ളത് വാസ്തവമാണ്. റിഹേഴ്സൽ സ്ഥലത്തു വെച്ച് അവളെന്നെ അപമാനിച്ചിരുന്നു. അതിൽ അവളോടെനിക്ക് പകയുണ്ടായിരുന്നു. സന്ദർഭമൊത്തുവന്നപ്പോൾ ഞാനതിന് പകരം വീട്ടുകയും ചെയ്തു. എന്നുവച്ച് ഞാനവളെ കൊല്ലുകയൊന്നുമുണ്ടായില്ല. അവളെങ്ങനെ മരിച്ചെന്നും എനിക്കറിയില്ല."

"എവിടെ കൊണ്ടുപോയാണ് അവളെ പീഡിപ്പിച്ചത്?

നിങ്ങൾ ആരൊക്കെയുണ്ടായിരുന്നു? ടാക്സി ഏർപ്പാട് ചെയ്തതാര്? എല്ലാം തുടക്കം മുതൽ വിശദീകരിച്ചാട്ടെ."

കുട്ടിക്ക് സുഖമില്ലെന്നും നേരത്തെ റിഹേഴ്സൽ അവസാനിപ്പിക്ക

ണമെന്നും പറഞ്ഞുകൊണ്ടാണ് അന്ന് നടി കയറിവന്നത്. റിഹേഴ്സൽ കഴിഞ്ഞ് മടങ്ങിപ്പോവാൻ അന്ന് കാറുമായി എത്തണമെന്ന് അവൾ ആന്റപ്പനോട് വിളിച്ചു പറഞ്ഞിരുന്നു. ആന്റപ്പന് അന്നേരം വരാൻ സൗകര്യപ്പെടില്ലെന്നും കൃത്യം പന്ത്രണ്ടു മണിക്ക് മറ്റൊരു വണ്ടി പറഞ്ഞയക്കാമെന്നും ഫോൺവഴി വിളിച്ചുപറഞ്ഞിരുന്നത് ഞാൻ കേട്ടിരുന്നു. അപ്പോൾ ഇടവേള നേരമായിരുന്നു. നടിയോടുള്ള പകയിൽ പല ദുഷ്ചിന്തകളും അന്നേരം മനസ്സിൽ കടന്നു കൂടിയിരുന്നു.

കരുക്കൾ നീക്കാൻ പറ്റിയ സന്ദർഭം.

ജിത്തും ഗോപുവും ഭക്ഷണത്തിനായി തിരിച്ചനേരം. കിഷോർ ഗോവണിയിറങ്ങി. ടാക്സി ഡ്രൈവർ ഉത്തമനുമായി ഫോണിൽ ബന്ധപ്പെട്ടു. രണ്ടുപേരുടെയും ചിന്തകൾ ഒരേ ദിശയിൽ തങ്ങിയതോടെ കാര്യം എളുപ്പവുമായി.

പന്ത്രണ്ടു മണിക്കു മുമ്പായി ഉത്തമൻ കാറുമായി എത്തിക്കോളാമെന്നറിയിച്ചു. കിഷോർ അന്നേരത്തിനകം റിഹേഴ്സൽ അവസാനിപ്പിക്കുവാൻ തീവ്രമായി യത്നിച്ചു."

ഇത്രയും പറഞ്ഞിട്ട് കിഷോർ ഒന്നുനിർത്തി.

"പിന്നെ നീ അവരെ പിന്തുടർന്നത് എപ്പോഴാണ്?"

"അന്നേരം ആർക്കും സംശയത്തിന് ഇടം കൊടുക്കാതിരിക്കാൻ എല്ലാവരോടുമൊപ്പം ഞാനുമിറങ്ങിയിട്ടാണ് ബൈക്കുമെടുത്തു പോയത്."

"എന്നിട്ട് എങ്ങോട്ടാണ് അവളെ കൊണ്ടുപോയത്?"

"എന്റെ ഷോപ്പിന്റെ പിറകുവശത്ത്. അവിടെ അഡീഷണലായി ഒരു മുറിയെടുത്തിട്ടുണ്ട്. മുൻവശത്ത് വണ്ടിക്ക് വെയിലേറ് തട്ടുമെന്നതിനാൽ വാഹനം അങ്ങോട്ടേക്ക് മാറ്റാൻ പണിതതാണ്. മാത്രമല്ല, ഒഴിഞ്ഞ വസ്തുക്കൾ സൂക്ഷിക്കുവാനുള്ള ഇടവുമായി കണ്ടു. അവിടേക്കാണ് ഉത്തമൻ നടിയെ എത്തിച്ചത്. താമസിയാതെ ഞാനുമെത്തി. എന്റെ ആവശ്യം നടത്തിയ ശേഷം ഉത്തമനോട് അവൾ പറയുന്ന സ്ഥലത്തേക്ക് കൊണ്ടുപോയി വിടണമെന്ന് പറഞ്ഞിട്ട് ഞാൻ വീട്ടിലേക്ക് മടങ്ങി. പിന്നെ അവിടെ എന്തൊക്കെ നടന്നു എന്നൊന്നും എനിക്കറിഞ്ഞുകൂടാ സാർ."

"പിറ്റേന്ന് ഉത്തമനെ കണ്ടിരുന്നില്ലേ?"

"കണ്ടിരുന്നു. ചോദിക്കുകയും ചെയ്തു. അവളെ കൂട്ടിക്കൊണ്ട് പോയി ആസ്പത്രിപ്പടിക്കൽ ഇറക്കിവിട്ടെന്നാണ് അവൻ പറഞ്ഞത്."

“ദേവികയെ കാണാതായശേഷം അവളെവിടെപ്പോയെന്ന് ഉത്തമ നോട് തിരക്കിയില്ലേ?”

“ഉവ്വ്. ആസ്പത്രിപ്പടിക്കൽ നിന്നും അന്നേരം അവളെ ആരെങ്കിലും പൊക്കിക്കാണുമെന്നും പറഞ്ഞ് അവൻ കൈ മലർത്തുകയാണുണ്ടായ ത്.”

ഇൻസ്പെക്ടർ കോപംമുറ്റി ചുണ്ടുകൾ കടിച്ചു പിടിച്ചു.

“അവനിപ്പോൾ എവിടെക്കാണും? സ്റ്റാൻഡിലുണ്ടോ?”

“രാവിലെ കണ്ടിരുന്നു സാർ.”

“നീ വാ” എന്നു പറഞ്ഞുകൊണ്ട് ഇൻസ്പെക്ടർ അവനെ ജീപ്പിൽ കയറ്റി.

കിഷോർ ജീപ്പിൽ കയറുന്നതിനു മുമ്പ് അവനെ വിലങ്ങ് അണി യിച്ചിരുന്നു.

ഡ്രൈവറടക്കം മൂന്നു പോലീസുകാരും ഇൻസ്പെക്ടറോടൊപ്പം ജീപ്പിലേക്ക് കയറി.

ജീപ്പ് ടാക്സി സ്റ്റാൻഡിലേക്ക് കുതിച്ചു.

21

പോലീസ് ജീപ്പ് ടാക്സി സ്റ്റാൻഡിലേക്ക് കയറി ബ്രേക്കിട്ട് നിന്നു.

സർക്കിൾ ഇൻസ്പെക്ടറും രണ്ട് കോൺസ്റ്റബിൾമാരും വണ്ടിയിൽ നിന്നിറങ്ങി.

കിഷോറിനോടൊപ്പം ഒരു പോലീസുകാരനും വണ്ടിയുടെ പിൻസീറ്റിലിരുന്നു.

കിഷോർ പറഞ്ഞുകൊടുത്ത വാഹനത്തിന്റെ നമ്പർ നോക്കി ഇൻസ്പെക്ടർ കാറിനു മുന്നിലേക്ക് നടന്നു.

ഡ്രൈവർ സീറ്റിൽ ആളില്ലായിരുന്നു.

അടുത്ത് കിടന്ന ടാക്സിക്കാരനോട് തിരക്കിയപ്പോൾ ഡ്രൈവർ ചായ കുടിക്കാൻ പോയതാണെന്ന് പറഞ്ഞു.

പത്തുമിനിട്ട് നേരം അയാളെ നോക്കിനിന്നു.

സമയം കഴിഞ്ഞിട്ടും ആളെത്തിയില്ല. ഡ്രൈവർ ചൂണ്ടിക്കാട്ടിയ ഹോട്ടലിലേക്ക് പോലീസുകാർ അന്വേഷിച്ചു ചെന്നു.

ആളെ കണ്ടില്ല. അയാൾ അവിടെനിന്നും മുങ്ങിയിരുന്നു!

പരിസരത്താകെ തിരഞ്ഞു നിരാശരായ പോലീസുകാർ സർക്കിൾ ഇൻസ്പെക്ടറെ കാര്യം ഗ്രഹിപ്പിച്ചു.

ഇൻസ്പെക്ടർ അയാളുടെ വാഹനം സ്റ്റേഷനിലേക്കെടുക്കാൻ ആവശ്യപ്പെട്ടു.

പക്ഷേ, അതിന്റെ താക്കോൽ കീഹോളിൽ കണ്ടില്ലായിരുന്നു. വണ്ടി വലിച്ചുകെട്ടിക്കൊണ്ടുപോകാൻ വടം സംഘടിപ്പിക്കും മുമ്പ് ഡാഷ് ബോഡിൽ നിന്നും താക്കോൽ കണ്ടെടുത്തു.

പോലീസ് കാർ സ്റ്റേഷനിലേക്കെടുത്തു.

സർക്കിൾ ഇൻസ്പെക്ടറും ഡ്രൈവറും ജീപ്പിൽ കയറി.

കിഷോറിന്റെ കടയുടെ മുന്നിൽ ജീപ്പ് നിന്നു.

മൂന്നുപേർ വണ്ടിയിൽ നിന്നിറങ്ങി. കടയുടെ പുറംഭാഗത്തൂടെ ഷെഡ്ഡിലേക്ക് അവർ നീങ്ങി.

ഷോപ്പിന്റെയും തൊട്ടടുത്ത ബിൽഡിങ്ങിന്റെയും ഓരം ചുറ്റി നിന്ന ഇടുങ്ങിയ വഴിയായിരുന്നു അത്.

ഷെഡ്ഡിന്റെ വാതിൽ അടഞ്ഞു കിടന്നിരുന്നെങ്കിലും അത് പൂട്ടിയിരുന്നില്ല.

പോലീസ് വാതിൽ തുറന്ന് അകത്തിരുന്ന ബൈക്കെടുത്ത് പുറത്തു വച്ചു. കിഷോറിന്റേതായിരുന്നു ആ വാഹനം.

കിഷോറിനെ പോലീസിനൊപ്പം പുറത്തു നിർത്തിയിട്ട് സർക്കിൾ ഇൻസ്പെക്ടറും മറ്റുള്ളവരും അകത്തേക്കു കയറി.

ഒഴിഞ്ഞ ഹാർഡ് ബോർഡ് ബോക്സുകളും തെർമ്മോകോൾ പാക്കറ്റുകളും ഏതാനും ചാക്കുകെട്ടുകളും ബൈക്കിന്റെ പഴയ ടയറും ശൂന്യമായ വലുതും ചെറുതുമായി കുറെ വീഞ്ഞപ്പെട്ടികളും മുറിക്കുള്ളിൽ ചിട്ടയോടെ അടുക്കി വച്ചിട്ടുണ്ടായിരുന്നു.

സർക്കിൾ ഇൻസ്പെക്ടർ ചുറ്റും നടന്ന് വിഹഗവീക്ഷണം നടത്തിയിട്ട് ഓരോ ബോക്സുകളും സസൂഷ്മം തുറന്നുനോക്കി പുറത്തേക്ക് വലിച്ചെറിഞ്ഞുകൊണ്ടിരുന്നു.

ബോക്സിന്റെ മറ നീങ്ങിയപ്പോൾ മുറിയുടെ മൂലയോട് പറ്റിച്ചേർന്ന് തിളങ്ങുന്ന ഒരു മുത്ത് കണ്ട് സി.ഐ അത് കുനിഞ്ഞെടുത്ത് തിരിച്ചും മറിച്ചും നോക്കി.

ദേവികയുടെ കഴുത്തിലണിഞ്ഞ മാലയുടെ ലോക്കറ്റിൽ നിന്നടർന്നു വീണ മുത്താണെന്ന് അദ്ദേഹം തിരിച്ചറിഞ്ഞു.

വലത് ഭാഗത്തുനിന്നും തെറിച്ചുപോയ ഒരു മുത്ത് കൂടി കണ്ടേക്കാം. അദ്ദേഹം വളരെ ജാഗ്രതയോടും സൂക്ഷ്മതയോടും കൂടി ഓരോന്നായി പരിശോധിച്ചുകൊണ്ട് പുറത്തേക്ക് തള്ളിക്കൊണ്ടിരുന്നു.

ചാക്കുകൾ എടുത്ത് ശ്രദ്ധയോടെ ഓരോന്നായി കുടഞ്ഞുകൊണ്ടിരുന്നു. അതിൽ നിന്നും എന്തോ ഒന്ന് താഴെവീഴുന്നതായി കണ്ടു. എടുത്തുനോക്കുമ്പോൾ അതൊരു ഷർട്ടിൽ പിടിപ്പിച്ച ബട്ടൺസ് ആയിരുന്നു.

ബ്രൗൺ കളറായിരുന്നു അതിന്. ടാക്സി ജീവനക്കാരുടെ ഷർട്ടിന്റെ അതേ നിറം!

പിടിവലിയിൽ അത് ഉത്തമന്റെ വസ്ത്രത്തിൽ നിന്നും അടർന്നു വീണതാവാം - ഇൻസ്പെക്ടർ ഒരു നിഗമനത്തിലെത്തി.

തുടർന്നുള്ള പരിശോധനയിൽ മുമ്പ് കിട്ടിയ മുത്തിന്റെ അതേ നിറത്തിലും രൂപത്തിലുമുള്ള മറ്റൊരു മുത്തും സ്ത്രീയുടെയും പുരുഷന്റേതുമായ ആറ് തലമുടിയിഴകളും കണ്ടുകിട്ടി.

ഇൻസ്പെക്ടർ അവയെല്ലാം ഒരു കൈലേസിൽ പൊതിഞ്ഞ് കിഷോറിനെയും കൂട്ടി സ്റ്റേഷനിലേക്ക് മടങ്ങി.

പോകുന്നതിനു മുമ്പ്, ഉത്തമനെ കണ്ടാൽ വണ്ടി സ്റ്റേഷനിൽ വന്നെടുത്തോളാനായി ഒരു ഡ്രൈവറോട് പറഞ്ഞിരുന്നു.

ആറുമണിക്കൂർ കഴിഞ്ഞിട്ടും വണ്ടിയെടുക്കാനായി ഉത്തമൻ എത്തിയില്ല.

അല്ലെങ്കിലും അവൻ സ്റ്റേഷന്റെ പരിസരത്തുപോലും വരില്ലെന്ന് സി.ഐക്ക് നിശ്ചയമുണ്ടായിരുന്നു.

ജീപ്പ് സ്റ്റാൻഡ് വഴി പോയപ്പോൾ പുറകിലിരുന്ന കിഷോറിനെ കണ്ടതു കൊണ്ടാവാം ഉത്തമൻ ആത്മരക്ഷാർത്ഥം ഓടിക്കളഞ്ഞതെന്ന് ഇൻസ്പെക്ടർ അനുമാനിച്ചു.

അവനെ എത്രയും പെട്ടെന്ന് കണ്ടുപിടിക്കുക എന്നതായിരുന്നു പോലീസിന്റെ അടുത്ത നീക്കം.

ഉത്തമന്റെ വീട് പുളിഞ്ചോട് ഭാഗത്താണെന്ന് കേട്ടിട്ടുണ്ടെങ്കിലും ഏതു ദിശയിലാണെന്ന് കൃത്യമായി കിഷോറിന് അറിയില്ലായിരുന്നു.

രണ്ടു ദിവസമായി വീട്ടിലേക്കു വന്നിട്ടില്ലെന്നായിരുന്നു ഭാര്യയുടെ മറുപടി.

ഇൻസ്പെക്ടറും പോലീസുകാരും കൂടിയാലോചന നടത്തി.

രാത്രികാലങ്ങളിൽ വീടിനു പരിസരത്ത് കാവൽനിൽക്കാൻ നിയമപാലകർക്ക് ആജ്ഞ കിട്ടി.

അന്വേഷകർ മൂന്നു ദിവസം ഉത്തമനേയും കാത്ത് ഉറക്കമിളച്ചിട്ടും പ്രയോജനമുണ്ടായില്ല.

നാലാംദിനം അർധരാത്രിയോടെ ഉത്തമൻ വീട്ടിലേക്ക് കയറി വന്നു.

അന്വേഷണസംഘം ജാഗരൂകരായി.

ഉത്തമൻ വരാന്തയിലേക്ക് കാൽവച്ചതും മറഞ്ഞു നിൽപ്പുണ്ടായിരുന്ന മൂവരും ഉത്തമന്റെ മേൽ ചാടിവീണു.

ഉത്തമൻ നിസ്സാരക്കാരനായിരുന്നില്ല. കറുത്തു തടിച്ചുരുണ്ട അയാൾ ഒരഭ്യാസിയെപ്പോലെ കുതറിയതോടെ മൂന്നുപേരുടെയും പിടിവിട്ടു. തൽക്ഷണം അയാൾ പുറത്തേക്കോടി.

പോലീസുകാരും പിന്നാലെ പാഞ്ഞു.

അതിലൊരു പോലീസുകാരന്റെ ലാത്തി ഉത്തമന്റെ കാലുകൾക്കിടയിൽ കുരുങ്ങിയതോടെ ഉത്തമൻ വേച്ചുപോയി.

ഈ സമയം പോലീസ് ഓടി വന്ന് അവനെ പൊക്കിയെടുത്ത് ഒരു മല്ലയുദ്ധത്തിൽ കീഴ്പ്പെടുത്തി ജീപ്പിലേക്ക് എടുത്തിട്ടു.

സർക്കിൾ ഇൻസ്പെക്ടറുടെ മുമ്പിൽ ഹാജരാക്കിയ ഉത്തമനെ നന്നായി പെരുമാറിയ ശേഷമാണ് ചോദ്യംചെയ്യൽ ആരംഭിച്ചത്.

അന്ന് നടന്നതൊക്കെ തുടക്കം മുതൽ പറയാൻ അവൻ നിർബന്ധിതനായി.

ടേപ്പ് റിക്കാർഡർ ഓൺ ചെയ്യപ്പെട്ടു.

ഉദ്യോഗസ്ഥവൃന്ദങ്ങൾ നിരന്നു.

രാത്രി റിഹേഴ്സൽ ക്യാമ്പിൽ വന്ന് നടിയെ കൂട്ടിക്കൊണ്ടുപോകണമെന്ന കിഷോറിന്റെ സന്ദേശം കിട്ടിയപ്പോൾ മുതലുള്ള സംഭവവികാസങ്ങളുടെ ചുരുൾ ഉത്തമൻ നിവർത്തി.

പത്തരമണിക്ക് വിളി വന്നതോടെ ആരുമറിയാതെ നടിയെ കടത്തിക്കൊണ്ടുപോരാനുള്ള പദ്ധതി ആസൂത്രണം ചെയ്യുകയായിരുന്നു അവൻ അപ്പോൾ മുതൽ. പതിനൊന്നു മണിയോടെ വീണ്ടും ഒരു കോൾ വന്നിരുന്നു. പതിനൊന്ന് നാൽപ്പത്തിയഞ്ചിന് കാറുമായി എത്തിച്ചേരണമെന്നായിരുന്നു കിഷോർ നിർദേശിച്ചിരുന്നത്. അതിൻപ്രകാരം താൻ കൃത്യസമയത്ത് അവിടെ എത്തുകയും നടിയെയും വഹിച്ച് മടങ്ങുകയും ചെയ്തു.

കിഷോറിന്റെ കടയുടെ പിറകുവശത്തായി നടിയെ എത്തിക്കണ

മെന്നായിരുന്നു പറഞ്ഞത്. നഗരമദ്ധ്യത്തിൽ ഹൈമാസ്റ്റ് വിളക്ക് കത്തിയെരിയുന്നുണ്ടായിരുന്നു. ഇരുളിന്റെ മറപോലുമില്ലാത്ത പരിസരം. സ്വബോധത്തോടെ നടിയെ അവിടെ എത്തിക്കുക സാദ്ധ്യമല്ലായിരുന്നു. വാഹനം അപ്രോച്ച് വഴി കടന്ന് നഗരാതിർത്തി എത്തിയതോടെ വഴി തെറ്റിയെന്നു പറഞ്ഞ് അവൾ ഒച്ചവച്ചതാണ്. അന്നേരം വണ്ടിക്ക് പെട്രോളില്ലെന്നും പറഞ്ഞ് അവളെ അനുനയിപ്പിക്കുകയായിരുന്നു.

പെട്രോൾ പമ്പിൽ ചെന്ന് പെട്രോളടിച്ച ശേഷം പരിസരത്തെ തട്ടുകടയിൽ നിന്നും രണ്ട് കാപ്പി വാങ്ങി. അതിലൊന്നിൽ നേരത്തെ കരുതി വച്ചിരുന്ന മയക്കുമരുന്ന് കലർത്തി നടിക്ക് കുടിക്കാൻ കൊടുത്തു.

അന്നേരം അവൾ കാറിൽ ഇരിക്കുകയായിരുന്നു.

അവൾക്കായി ചായ നീട്ടിയപ്പോൾ പലവട്ടം നിരസിച്ചതാണ്.

പിന്നെ, നിർബന്ധത്തിന് വഴങ്ങി രണ്ടു കവിൾ കുടിച്ചിട്ട് ശേഷിച്ചത് റോട്ടിലേക്ക് കമഴ്ത്തി.

പിന്നെ എല്ലാം എളുപ്പമായിരുന്നു.

കിഷോറിന്റെ കടയിലേക്ക് ഇനിയും ഒരു കിലോമീറ്റർ പോകേണ്ടതുണ്ട്. ഊടുവഴികളെല്ലാം മനഃപാഠമായിരുന്നതിനാൽ ഇരുൾ കലർന്ന വഴിയിലൂടെ വണ്ടി നീങ്ങിക്കൊണ്ടിരുന്നു. കുറെ ദൂരം പിന്നിട്ടപ്പോൾ ഉത്തമൻ പിറകിലേക്ക് തിരിഞ്ഞുനോക്കി.

നടി നല്ല മയക്കത്തിലായിരുന്നു.

22

കാറ് കിഷോറിന്റെ കടയുടെ വാതിൽക്കലെത്തി.

കിഷോർ തന്നെയും കാത്ത് അവിടെ നിൽപ്പുണ്ടായിരുന്നു.

ക്ഷണംനേരം കൊണ്ട് പുറകുവശത്തെ ഡോർ തുറന്ന് നടിയെ താങ്ങി ഇറക്കി. അവൾക്കപ്പോഴും മയക്കം വിട്ടിട്ടില്ലായിരുന്നു.

ഉത്തമൻ അവളെ പൊക്കിയെടുത്ത് ചുമലിലിട്ടാണ് ഷെഡ്ഡിലേക്കെത്തിച്ചത്.

ഷെഡ്ഡിന്റെ വാതിൽ കിഷോർ വന്നപ്പോൾ തന്നെ തുറന്നിരുന്നു. ആദ്യം അവനാണ് അകത്തേക്ക് കയറിയത്. ഇരുപത് മിനുട്ട് കഴിഞ്ഞ് പുറത്തേക്ക് ഇറങ്ങുകയും ചെയ്തു.

പിന്നെ കിഷോർ അവിടെ നിന്നില്ല.

നടിക്കു ബോധം വീണിട്ടില്ലെന്നും ഉണരും മുമ്പെ അവളെ കൊണ്ടുപോയി വിടണമെന്നും പറഞ്ഞിട്ടാണ് അവൻ ബൈക്കുമെടുത്ത് സ്ഥലംവിട്ടത്.

ഉത്തമൻ മുറിയിലേക്കു കയറുമ്പോൾ നടിക്കു ബോധം വീണു കഴിഞ്ഞിരുന്നു.

അന്നേരം അവൾ വിതുമ്പി കരയുകയായിരുന്നു.

പൂർണ്ണ നഗ്നയായിരുന്നു അവൾ.

ഉത്തമനെ കണ്ടതോടെ ശരീരം മറയ്ക്കാൻ അവൾ വൃഥാ ഒരു ശ്രമം നടത്തി.

ഉത്തമൻ വസ്ത്രം വലിച്ചെറിഞ്ഞ് അവളെ നെഞ്ചോട് ചേർത്തു. അശക്തയായിരുന്നുവെങ്കിലും അവൾ കുതറി രക്ഷപ്പെടാൻ ആവുന്നതും ശ്രമിച്ചു. മൽപ്പിടിത്തത്തിനിടയിൽ ഉത്തമന്റെ ഷർട്ട് വലിച്ചുകീറാൻ കഴിഞ്ഞെങ്കിലും കരുത്തേറിയ കരവലയത്തിൽ നിന്നും പുറത്തേക്ക് കടക്കാൻ അവൾക്കായില്ല.

ഉത്തമൻ തന്റെ ഇംഗീതം നിറവേറ്റിക്കഴിഞ്ഞതോടെ അവൾ വീണ്ടും ബോധരഹിതയായയോയെന്നു സംശയിച്ചു.

അന്നേരം അസ്ഥാനത്ത് കാറ് കിടക്കുന്നതു കണ്ട് ഒരു സഹപ്രവർത്തകൻ വണ്ടിയുടെ ചുവടു പിടിച്ച് ഷെഡ്ഡിന് പുറത്തു വന്ന് നിന്നു.

ഉത്തമൻ പുറത്തേക്കിറങ്ങിയ നേരമായിരുന്നു അപ്പോൾ. വിവരമറിഞ്ഞ സ്നേഹിതനും നില്ക്കക്കള്ളിയില്ലായിരുന്നു. അയാളും അകത്തേക്ക് കയറി മേച്ചിൽ നടത്തി.

ഒരു ദുരന്തവാർത്തയുമായിട്ടാണ് മിത്രം പുറത്തേക്കിറങ്ങി വന്നത്!

"അവൾക്ക് ശ്വാസമില്ല, മരിച്ചെന്നു തോന്നുന്നു!"

കേട്ടപാതി ഇരുവരും അകത്തേക്കു കയറി അവളെ കുലുക്കി വിളിച്ചു.

ചേതനയറ്റ ദേവികയുടെ ശരീരം അനങ്ങിയതുപോലുമില്ല...!

എന്തു ചെയ്യണമെന്നറിയാതെ ഇരുവരും അന്ധാളിച്ചു നിന്നുപോയി.

പിന്നെ എല്ലാം ദ്ധടുതിയിലായിരുന്നു.

മുറിയിൽ അട്ടിവച്ചിരുന്ന ചാക്ക് ശേഖരത്തിൽ നിന്ന് ഏറ്റവും വലുതെന്ന് തോന്നിച്ച ഒരു ചാക്ക് എടുത്തു. രണ്ടുപേരും കൂടി ജഡം ഒരു വിധം അതിനുള്ളിലാക്കി വരിഞ്ഞുകെട്ടി ചുമന്ന് കാറിന്റെ ഡിക്കിയിൽ തള്ളി.

എവിടെ കൊണ്ടുപോയി കളയണമെന്ന് രണ്ടുപേർക്കും ഒരു രൂപവുമില്ലായിരുന്നു. ലക്ഷ്യമില്ലാതെ ഓടിക്കൊണ്ടിരുന്ന കാറിൽ വച്ചാണ് പറ്റിയ സ്ഥലം തിരഞ്ഞുപിടിച്ചത്. അങ്ങനെയാണ് രണ്ടാം മൈലിലെ പാലത്തിനടിയിലെ പില്ലറോട് ചേർത്ത് തോട്ടിൽ ശവം കെട്ടിത്താഴ്ത്തിയത്.

ഉത്തമൻ പറഞ്ഞു കഴിഞ്ഞപ്പോൾ അവിടെ സന്നിഹിതരായിരുന്ന നീതിപാലകർ പല്ലിറുമ്മുന്നുണ്ടായിരുന്നു.

കെട്ടിയിരുന്ന പ്ലാസ്റ്റിക്ക് ട്രോയ്ൻ എങ്ങനെയോ അഴിഞ്ഞില്ലായിരുന്നുവെങ്കിൽ ശവം ഇപ്പോഴും വെള്ളത്തിനടിയിൽ തന്നെയെന്ന് ഇൻസ്പെക്ടർ സേതുനാഥ് ആലോചിക്കാതിരുന്നില്ല.

താമസിയാതെ അത് പുറംലോകം കാണണമെന്ന് ഈശ്വരന്റെ നിശ്ചയമാകാം! ഈശ്വരവിശ്വാസിയായ അദ്ദേഹം മനസ്സിൽ പറഞ്ഞു.

പിറ്റെ ദിവസം കിഷോറിനെയും ഉത്തമനെയും അവന്റെ സഹപ്രവർത്തകനെയും കോടതിയിൽ ഹാജരാക്കി.

ജാമ്യം കിട്ടാതെ അവരെ സബ്ജയിലിലേക്കു മാറ്റി.

ജയിലിലേക്കു കൊണ്ടുപോകുന്ന നേരം പ്രതികളെ കാണാനായി ജിത്തും ഗോപുവും അവിടെ നിൽപ്പുണ്ടായിരുന്നു.

കിഷോർ അവർക്കു മുഖം കൊടുത്തില്ല.

ജിത്ത് കിഷോറിന്റെ മുഖത്തേക്ക് കാർക്കിച്ചു തുപ്പി ഇരച്ചുകയറിയ ദേഷ്യം അടക്കി.

കിഷോർ വിലങ്ങിട്ടിരുന്ന കൈകൾകൊണ്ട് തുപ്പല് വടിച്ചു കളഞ്ഞ് താഴേക്ക് മുഖം പൂഴ്ത്തി നടന്നു.

ദിനരാത്രങ്ങൾ പൊഴിഞ്ഞുവീണു കൊണ്ടിരുന്നു.

ഉണ്ണിക്കുട്ടന്റെ ഓപ്പറേഷൻ ഡേറ്റ് അടുത്തു വന്നു.

അവനെ ആസ്പത്രിയിൽ അഡ്മിറ്റ് ചെയ്തു.

നിശ്ചയിച്ച ദിവസം തന്നെ ഓപ്പറേഷൻ നടത്തി.

ചിലവുകളെല്ലാം നിർവ്വഹിച്ചത് ജിത്തായിരുന്നു.

അമ്മിണിക്ക് ആരെയും ആശ്രയിക്കാതെ തന്നെ ജീവിക്കാൻ വേണ്ട സൗകര്യങ്ങളും അവൻ ചെയ്തുകൊടുത്തു.

അപ്പോളവരുടെ മുഖം തെളിഞ്ഞെങ്കിലും കണ്ഠമിടറി:

"എത്ര കിട്ടിയാലും എന്റെ മകൾ.... അവരുടെ കണ്ണുകൾ നിറഞ്ഞൊഴുകി.

******

മന്ത്രിയുടെ ഗമനം!

നാഷണൽ ഹൈവേ വഴി കിഴക്കോട്ട് തിരിഞ്ഞ് ആലുവ പാലസിൽ രണ്ടു മണിക്കൂർ വിശ്രമം!

ഗതാഗത നിയന്ത്രണം സർക്കിൾ ഇൻസ്പെക്ടർ സേതുനാഥിന്റെ

ചുമലിൽ.

കൺട്രോളിങ്ങിനായി ഇൻസ്പെക്ടറും സന്നാഹവും ബൈപാസിൽ തമ്പടിച്ചു.

അങ്കമാലി ഭാഗത്തുനിന്നുമുള്ള വാഹനങ്ങൾ അരമണിക്കൂർ നേരത്തേക്ക് തടയപ്പെട്ടു. പാലസ് റോഡിലേക്ക് പ്രവേശിക്കുന്ന ഇതരവാഹനങ്ങളും.

വിലക്ക് മറികടന്ന് ഒരു ബൈക്ക് ബൈപ്പാസിലേക്ക് തിരിഞ്ഞു.

ബൈക്കോടിച്ചുവന്ന വ്യക്തിയെയും പിന്നിലിരുന്ന ആളെയും ഇൻസ്പെക്ടർ തിരിച്ചറിഞ്ഞു.

ജിത്തും വേദികയും ആയിരുന്നു അവർ.

ഇൻസ്പെക്ടർ സേതുനാഥ് കൂട്ടത്തിലെ പോലീസുകാർക്ക് എന്തോ ആജ്ഞ നൽകി.

സമീപമെത്തിയപ്പോൾ ജിത്തിന്റെ വണ്ടി തടയപ്പെട്ടു.

എ.എസ്.ഐ പുറകിലിരുന്ന വേദികയോട് ഇറങ്ങാൻ ആവശ്യപ്പെട്ടു. വേദിക ഇറങ്ങിനിന്നുകൊണ്ട് സേതുനാഥിന് 'ഹായ്' പറഞ്ഞു.

സേതുനാഥ് കേട്ടഭാവം നടിക്കാതെ മുഖംതിരിച്ചു.

"മകളെ കാണാനില്ലെന്നും പറഞ്ഞ് അവളുടെ ഡാഡി സ്റ്റേഷനിൽ പരാതി തന്നിട്ടുണ്ട്. പോയി ജീപ്പിൽ കയറി ഇരിക്ക്." എ.എസ്.ഐ കൃത്രിമ ദേഷ്യത്തോടെ വേദികയോടു പറഞ്ഞു.

വേദികയ്ക്ക് അനുസരിക്കാതെ നിവൃത്തിയില്ലായിരുന്നു.

അവൾ വീണ്ടും ഡാഡിയുടെ മുഖത്തേക്കു നോക്കി.

സേതുനാഥ് അപ്പോഴും മുഖം തിരിച്ചില്ല- എനിക്കൊരു പങ്കുമില്ലെന്ന മട്ടിൽ.

ജിത്തിനോട് ഒരു പോലീസുകാരൻ വണ്ടിയുടെ ബുക്കും പേപ്പറും ആവശ്യപ്പെട്ടു.

ജിത്ത് എല്ലാം എടുത്തുകൊടുത്തു. എന്നാലതിൽ ലൈസൻസിന്റെ കോപ്പിയില്ലായിരുന്നു.

"എവിടെ ലൈസൻസ്?" എ.എസ്.ഐ ആവശ്യപ്പെട്ടു.

"എടുത്തില്ല സാർ. അതു വീട്ടിലാണ്."

"എങ്കിൽ അതു കാണിച്ചിട്ടു വണ്ടി കൊണ്ടുപേയാൽ മതി."

ഒരു കോൺസ്റ്റബിൾ ഹെൽമറ്റും പുകപരിശോധനാ സർട്ടിഫിക്കറ്റും മറ്റും ഇല്ലെന്ന് വരുത്തി അഞ്ഞൂറുരൂപ പിഴയിട്ട ബിൽ ജിത്തിനു നേരെ നീട്ടി.

ജിത്ത് രസീത് ചീട്ടിൽ സാകൂതം നോക്കിനിന്നിട്ട് പോക്കറ്റിൽനിന്നും അഞ്ഞൂറു രൂപ എടുത്തുകൊടുത്ത് പോലീസുകാരനു നേരെ മുഖം വീർപ്പിച്ചു നിന്നു.

"നടന്നോ- ലൈസൻസ് കാണിച്ചിട്ട് വണ്ടി സ്റ്റേഷനിൽവന്നെടുത്തോ." - കോൺസ്റ്റബിൾ അറിയിച്ചു.

ജിത്ത് കാരുണ്യത്തിനായി സർക്കിൾ ഇൻസ്പെക്ടറുടെ മുഖത്തേക്ക് നോക്കി.

അപ്പോൾ അദ്ദേഹത്തിന്റെ മുഖം യാന്ത്രികമായി മറ്റൊരു ദിശയി ലേക്കു തിരിഞ്ഞു.

നടക്കുന്നേരം ജിത്ത് ജീപ്പിന്റെ പുറകിലേക്ക് തിരിഞ്ഞുനോക്കി. ജിത്തിനെ കണ്ട് അവൾ കുസൃതിയോടെ ചിരിച്ചുകൊണ്ടു നിന്നു.

"നിന്റപ്പനു ഞാൻ വച്ചിട്ടുണ്ട്."

വേദികയോട് അങ്ങനെ പറഞ്ഞു അവൻ തിരിഞ്ഞു നടന്നു.

ജിത്തിന്റെ നടപ്പ് കണ്ട് ഇൻസ്പെക്ടർ സേതുനാഥിന്റെ ചുണ്ടിൽ പുഞ്ചിരി വിരിഞ്ഞു.

ooo

www.ingramcontent.com/pod-product-compliance
Lightning Source LLC
LaVergne TN
LVHW090414051026
849518LV00006B/2341
* 9 7 8 8 1 8 8 0 2 5 2 7 5 *